HƯỚNG DẪN CHO NGƯỜI MỚI BẮT ĐẦU VỀ SÁCH NẤU ĂN NẤM

100 CÔNG THỨC NẤU NẤM NGON

My Phan

Đã đăng ký Bản quyền.

Tuyên bố miễn trừ trách nhiệm

Thông tin trong Sách điện tử này nhằm mục đích phục vụ như một tập hợp toàn diện các chiến lược mà tác giả của Sách điện tử này đã thực hiện nghiên cứu. Tóm tắt, chiến lược, mẹo và thủ thuật chỉ là đề xuất của tác giả và việc đọc Sách điện tử này sẽ không đảm bảo rằng kết quả của bạn sẽ phản ánh chính xác kết quả của tác giả. Tác giả của sách điện tử đã thực hiện mọi nỗ lực hợp lý để cung cấp thông tin cập nhật và chính xác cho người đọc sách điện tử. Tác giả và các cộng sự của ông sẽ không chịu trách nhiệm về bất kỳ sai sót hoặc thiếu sót vô ý nào có thể được tìm thấy. Tài liệu trong Sách điện tử có thể bao gồm thông tin của bên thứ ba. Tài liệu của bên thứ ba bao gồm các ý kiến do chủ sở hữu bày tỏ. Do đó, tác giả của Sách điện tử không chịu trách nhiệm hoặc nghĩa vụ pháp lý đối với bất kỳ tài liệu hoặc ý kiến của bên thứ ba nào. Cho dù do sự phát triển của Internet hay do những thay đổi không lường trước được trong chính sách của công ty và nguyên tắc gửi bài xã luận, những gì được nêu là thực tế tại thời điểm viết bài này có thể trở nên lỗi thời hoặc không thể áp dụng được sau này.

Sách điện tử có bản quyền © 2024 với mọi quyền được bảo lưu. Việc phân phối lại, sao chép hoặc tạo tác phẩm phái sinh từ toàn bộ hoặc một phần Sách điện tử này là bất hợp pháp. Không phần nào của báo cáo này được phép sao chép hoặc truyền lại dưới bất kỳ hình thức nào mà không có sự cho phép rõ ràng bằng văn bản và có chữ ký của tác giả.

MỤC LỤC

MỤC LỤC	4
GIỚI THIỆU	8
NẤM NÚT TRẮNG	12
1. Nấm BBQ đậu nành & mè	13
2. Bát salad nấm với trứng	16
3. Gỏi nấm Việt Nam	20
4. Nấm đồng BBQ khói với đậu lăng	23
5. Salad nấm và bắp cải tím	27
NẤM BỜM SƯ TỬ	30
6. Quiche bờm sư tử	31
7. Nước sốt bờm sư tử	33
8. Gỏi ấm nấm bờm sư tử	35
9. Bánh Cua Bờm Sư Tử	38
10. Nấm bờm sư tử áp chảo	42
11. Bờm sư tử chiên	46
12. Và phô mai Lion's	50
13. Bánh cua bờm sư tử	54
14. Phi lê bờm sư tử	57
15. Lion's Mane Clarity Latte	60
16. Cuộn tôm hùm bờm sư tử	62
17. Bánh kếp bờm sư tử	65
NẤM SHIITAKE	67
18. Gratin Khoai Tây & Nấm Hoang Dã	68
19. Súp nấm Hungary	71
20. Nấm nhồi	74
21. Fajitas gà nấm	77

22. Súp nấm tuyệt vời.................................80
23. Bánh rán ngô và nấm hương.................83
24. Risotto nấm Shiitake..............................87
25. Nấm Shiitake nướng...............................90
26. Salad Shiitake-lúa mạch ấm...................92
27. Nấm hương mè giòn và dai....................95
28. Quả sồi và nấm dại.................................98
29. lasagne nấm hoang dã và kỳ lạ............101
30. BQ vịt & nấm quesadilla......................106
31. Bánh mì cuộn nhân nấm rừng..............109
32. Cá bơn với nấm rừng và rau chân vịt...112
33. Kem nấm cơm rừng..............................115
34. Súp gà, nấm & viên matzo...................119
35. Bánh mì trộn nấm.................................124
36. Nấm hương nhồi...................................127

NẤM ENOKI...130

37. Nấm kim châm xào..............................131
38. Nấm kim châm xào..............................135
39. Súp nấm kim châm...............................137
40. Masala nấm Enoki................................140
41. Nấm Enoki Đậu Phụ.............................144
42. Súp Enoki..147
43. Súp cá nấm kim châm..........................150

NẤM HÀU..154

44. Sò nấm nhúng.......................................155
45. Salad Arugula & Nấm Sò.....................157
46. Pasta với nấm và Gremolata.................160
47. Hỗn hợp bông cải xanh-nấm................163
48. Ganganelli xanh với nấm sò.................166
49. Nấm sò hấp thảo mộc...........................169
50. Mỳ Ý sốt nấm sò..................................172
51. Súp nấm sò...176

52. Nấm sò với linguini..................................179
53. Nấm sò ngâm ớt.....................................182
54. Nấm sò xào..185
55. Sò điệp biển nướng và nấm sò......................188
56. Cá hồi sốt shiki & nấm sò..........................193
57. Canh gừng nấm sò cây...............................196
58. Súp cải xoong nấm sò...............................199

THỤY SĨ..202

59. Bánh xèo súp lơ nấm................................203
60. Bát cơm chay nấm...................................206

THÊM..209

61. Cá hồi và Morels...................................210
62. Súp Kem Nấm Tự Làm.................................213
63. Morel mì ống.......................................216
64. Gà và Morels dễ dàng...............................219
65. Cua nhồi Morels....................................222
66. Trứng bác Morel....................................225
67. Măng tây và Morels.................................227
68. Morels nhồi phô mai................................229
69. Morels với bột mì..................................232
70. Morels áp chảo.....................................234
71. Morels trong bơ....................................236
72. Sốt Nấm Morel......................................238
73. Morel với bánh quy mặn.............................241
74. Morel với vụn bánh mì & Parmesan..................245
75. Morel áp chảo......................................248

NẤM PORCINI..251

76. Bít tết chà xát porcini............................252
77. Nấm ngâm đậu nành..................................255
78. Calzone nấm..258
79. Măng tây & morels trong dầu giấm..................263

80. Phô mai xanh & nấm dại..266

NẤM HẠT HẠT..269

81. Bánh pudding nấm và tỏi tây................................270
82. Hạt dẻ và nấm hoang dã......................................273
83. Nấm Rogan..275

CREMINI...279

84. Crostini Nấm Crimini..280
85. Nước xốt Crimini và cà rốt..................................283
86. Nấm "Risotto" với Feta..286
87. Bánh nấm..288
88. Kem Súp nấm...291
89. Nấm Crimini soong..294
90. Mỳ Ý sốt nấm...296
91. Pasta rau bina nấm...299

PORTOBELLO..303

92. Súp nấm Portobello..304
93. Trứng tráng nấm phồng..307
94. Portobellos nướng kiểu La Mã.............................310
95. Bít tết portobello nướng.......................................313
96. Bữa sáng portobellos với nấm hương...................316
97. Gà Madeira với portobello...................................319
98. Cà tím và portobello lasagna................................324
99. Sandwich bít tết nấm & Pesto...............................328
100. Pizza nướng Bianca portobellos.........................331

PHẦN KẾT LUẬN...335

GIỚI THIỆU

A. **Nấm nút trắng** là một loại nấm ăn được, có hai trạng thái màu khi còn non - trắng và nâu - cả hai đều có nhiều tên gọi khác nhau. Khi trưởng thành, nó được gọi là nấm Portobello. Nấm nút trắng là loại nấm chưa trưởng thành và có màu trắng. Đây là loại nấm phổ biến nhất và có vị nhẹ nhất trong tất cả các loại nấm.

B. **Nấm Crimini** còn được gọi là nấm Cremino, nấm nâu Thụy Sĩ, nấm nâu La Mã, nấm nâu Ý, nấm nâu cổ điển, hay nấm hạt dẻ. Criminis là nấm Portobello non, cũng được bán dưới dạng nấm portobellos con và chúng chỉ là nấm nút trắng trưởng thành hơn.

C. **Nấm Portobello** Còn được gọi là: nấm đồng, hay nấm mũ hở. Nấm Portobello có kết cấu dày đặc và có hương vị đậm đà. Ở Ý, chúng được sử dụng làm nước sốt, mì ống và là món thay thế thịt tuyệt vời. Ngoài ra, nếu bạn muốn thay thế bánh mì, bạn thậm chí có thể sử dụng nắp phẳng của nấm. Chúng hoàn hảo để nướng và nhồi.

D. **Nấm hương** Còn gọi là: Nấm hương, nấm rừng đen, nấm mùa đông đen, sồi nâu, nấm đen Trung Quốc, nấm đen, nấm đen phương đông, nấm rừng, sồi vàng, Donko. Nấm hương có hương vị và mùi thơm nhẹ nhàng của gỗ, trong khi nấm khô thì đậm đà hơn. Chúng có vị mặn và nhiều thịt và có thể được dùng để phủ lên các món thịt cũng như tăng thêm vị cho súp và nước sốt. Shiitake có thể được tìm thấy cả tươi và khô.

E. **Nấm sò** là một số loại nấm ăn được trồng phổ biến nhất trên thế giới. Nấm kèn vua là loài lớn nhất trong chi nấm sò. Chúng rất đơn giản để nấu và mang lại hương vị tinh tế và ngọt ngào. Chúng đặc biệt được sử dụng trong các món xào hoặc áp chảo vì chúng luôn mỏng và do đó sẽ nấu chín đều hơn các loại nấm khác.

F. **Nấm kim châm** có sẵn ở dạng tươi hoặc đóng hộp. Các chuyên gia khuyên bạn nên tiêu thụ những mẫu enoki tươi có nắp cứng, màu trắng, sáng bóng, thay vì những mẫu có cuống nhầy nhụa hoặc màu nâu mà tốt nhất nên tránh. Chúng là loại sống ngon và phổ biến trong cách nấu ăn của người châu Á. Vì chúng giòn nên dùng tốt trong các món súp và món salad, nhưng bạn cũng có thể sử dụng chúng trong các món ăn khác.

G. **Nấm Chanterelle** có màu cam, vàng hoặc trắng, nhiều thịt và hình loa kèn. Bởi vì chúng khó trồng nên nấm mồng tơi thường được tìm kiếm trong tự nhiên. Một số loài có mùi trái cây, một số khác có mùi thơm của gỗ, đất và những loài khác thậm chí có thể được coi là cay.

H. **Nấm porcini** là một loại nấm nhiều thịt tương tự nấm portobello, nấm porcini là loại nấm thường được sử dụng trong ẩm thực Ý. Hương vị của nó được mô tả là có vị bùi và hơi thịt, với kết cấu mịn, dạng kem và mùi thơm đặc biệt gợi nhớ đến bột chua.

I. **Nấm Shimeji** phải luôn được nấu chín: nấm này không phải là loại nấm tốt để ăn sống do có vị hơi đắng. Vị đắng của nó biến mất hoàn toàn khi nấu chín và nấm có hương vị hơi hạt dẻ. Đây là một trong những loại nấm có tác dụng tốt trong các món xào, súp, món hầm và nước sốt.

J. **Nấm Morel** có hình dạng tổ ong trên mũ. Morels được các đầu bếp sành ăn đánh giá cao, đặc biệt là trong ẩm thực Pháp, vì chúng siêu thơm và ngon

NẤM NÚT TRẮNG

1. Nấm bbq đậu nành & mè

Thành phần

- 4 cây nấm trắng lớn
- 2 cải chíp, cắt làm đôi theo chiều dọc, rửa sạch
- 400g đậu hũ chiên, thái lát dày

Gia vị:

- 2 muỗng canh nước tương
- 1/3 cốc mật ong 3 thìa nước cốt chanh 1/2 thìa cà phê ớt bột
- 2 tép tỏi, băm nhỏ

Trang trí:

- Lá rau mùi
- Hạt vừng rang
- chanh nêm

Hướng

a) Để làm nước xốt, trộn tất cả nguyên liệu lại với nhau. Ướp nấm trong 3/4 lượng nước ướp trong khoảng. 15 phút.

b) Đặt các lát nấm, cải chíp và đậu phụ lên khay lớn rồi rưới nước xốt lên khắp mặt, đảm bảo nấm được phủ đều.

c) Đun nóng thịt nướng ở lửa lớn và nướng nấm cho đến khi nấm vừa xẹp xuống nhưng khi chạm vào vẫn cứng.

d) Đặt nấm vào nước xốt còn lại và phủ nấm một lần nữa. Để qua một bên. Tiếp tục nướng đậu phụ và cải chíp, mỗi mặt 2-3 phút.

e) Trên một đĩa hoặc thớt lớn, đặt cải chíp đã cắt cạnh cùng với đậu phụ và 4 cây nấm lớn lên trên. Rắc hạt vừng và rau mùi, trang trí bằng lát chanh.

2. Bát salad nấm với trứng

Thành phần

- 500g nấm nút trắng, rửa sạch
- 1 quả bí xanh, cắt thành dải (dùng gọt vỏ)
- 4 củ cải vừa, bỏ ngọn
- 1-2 thìa đường
- 1 thìa cà phê muối

Trang trí:

- Các loại thảo mộc tươi bạc hà, húng quế, rau mùi tây hoặc thì là
- Hạt vừng đen Má chanh
- 1 lon đậu xanh, để ráo nước
- 4 quả trứng rocket 100g
- 1 quả bơ
- 2 muỗng canh dầu ô liu
- Muối và tiêu
- Bánh mì dẹt nướng để phục vụ

Gia vị:

- 4 muỗng canh dầu ô liu EV
- 2 muỗng canh giấm balsamic lâu năm

- 1 thìa cà phê mù tạt Dijon Muối và tiêu Một nắm lá húng quế xé nhỏ

- Cà rốt ngâm: 200g cà rốt, gọt vỏ và thái hạt lựu

- 1 cốc nước

- 1/2 chén giấm trắng

Hướng

a) Làm nóng lò ở nhiệt độ 180°C. Đặt củ cải đường lên một miếng giấy bạc lớn, rưới dầu ô liu, muối và tiêu rồi gói thành từng gói. Đặt lên khay nướng và nướng trong lò cho đến khi củ cải đường vừa chín tới.

b) Để nguội. Gọt vỏ củ cải đường và cắt thành 4 hoặc 8 phần. Đặt sang một cái bát và rưới thêm một ít dầu ô liu và thêm gia vị.

c) Trong khi đó, luộc trứng trong nước sôi trong 7 phút và làm mới dưới vòi nước lạnh. Gọt vỏ và đặt sang một bên.

d) Để ướp nấm, trộn đều dầu ô liu, giấm balsamic, mù tạt, muối và hạt tiêu. Thêm nấm thái lát và húng quế vào rồi phủ đều. Để qua một bên.

e) Phục vụ bằng 4 bát nông. Xếp thành từng nhóm nhỏ xung quanh mép trong của bát, đậu xanh, lát bí xanh, củ cải đường với tên lửa bên dưới, nấm, cà rốt ngâm và bơ. Đặt trứng đã cắt lên trên.

f) Rưới một lượng vừa đủ dầu ô liu nguyên chất, muối và tiêu, hạt vừng đen và các loại thảo mộc tươi. Ăn kèm với má chanh và một lát bánh mì nướng.

3. Gỏi nấm Việt Nam

Thành phần

- 400gm nấm nút trắng, thái lát mỏng
- 230gm bún mỏng (kiểu bún)
- 1 củ cà rốt vừa, gọt vỏ và cắt thành que mỏng
- 1 quả dưa chuột lục địa, cắt đôi theo chiều dọc, hạt
- 1 tép tỏi cỡ vừa, thái nhỏ
- 1-2 quả ớt đỏ nhỏ, bỏ hạt và thái nhỏ

Trang trí:

- 1/2 chén đậu phộng xắt nhỏ (nếu dùng) hoặc hẹ tây giòn
- Vắt chanh hoặc chanh (tùy chọn)
- dầu mè
- 1 củ hành đỏ nhỏ, gọt vỏ, thái mỏng theo chiều dọc
- 1 chén giá đỗ, rửa sạch và để ráo nước
- 1 bó rau mùi rửa sạch, bỏ rễ
- 1/2 bó bạc hà, rửa sạch, hái lá

Cách ăn mặc:

- 1/2 chén nước mắm
- 1/3 chén đường thốt nốt
- 1/4 cốc nước cốt chanh hoặc chanh tươi

Hướng

a) Nấu mì theo hướng dẫn trên bao bì. Rửa sạch dưới nước lạnh và thoát nước tốt. Đặt sang một bên trong một tô trộn lớn.

b) Để làm nước sốt, cho tất cả nguyên liệu làm nước sốt vào lọ và lắc đều để hòa quyện. Để qua một bên.

c) Cho mì vào tô, thêm cà rốt, dưa chuột, hành tím, giá đỗ, nấm và 3/4 rau thơm vào. Dùng tay trộn nhẹ nhàng tất cả các nguyên liệu rồi thêm nước sốt vào. Quăng một lần nữa để kết hợp.

d) Trên một đĩa lớn hoặc từng bát riêng, phục vụ món salad với đậu phộng cắt nhỏ (hoặc hẹ tây), các loại thảo mộc còn lại và một chút dầu mè.

e) Trang trí với chanh và/hoặc lát chanh.

4. Nấm đồng bbq khói với đậu lăng

Thành phần

- 4 cây nấm đồng lớn màu nâu
- 1 chén đậu lăng xanh
- 250g đậu xanh, rửa sạch, bỏ ngọn
- 400g bí ngô, gọt vỏ, bỏ hạt và cắt thành miếng dày 1cm
- 100g lá xà lách, rau muống/rau rocket/lá hỗn hợp
- Một nắm rau mùi tây, rửa sạch và cắt nhỏ
- 50 gm hạnh nhân nướng
- Một nắm lá bạc hà

Gia vị:

- 1/4 cốc dầu ô liu EV Nước ép của 2 quả chanh
- 1 tép tỏi, băm nhỏ
- 1 thìa cà phê ớt bột xông khói Muối và tiêu

Hướng

a) Để ướp nấm, trộn 3 muỗng canh dầu ô liu, nước cốt chanh, tỏi, ớt bột hun khói, muối và hạt tiêu. Dành 3-4 thìa nước xốt để dùng làm nước sốt sau này. Đổ nước xốt còn lại lên nấm, phủ đều. Đặt sang một bên khoảng. 20 phút.

b) Để nấu đậu lăng, rửa sạch bằng nước lạnh và để ráo nước. Trong một nồi lớn, thêm 4 cốc nước vào 1 cốc đậu lăng. Để có thêm hương vị, hãy thêm một chiếc lá nguyệt quế. Đun sôi nồi rồi giảm lửa nhỏ, đậy nắp và nấu trong khoảng. 20 phút. Dùng rây lọc lấy nước đậu lăng và bỏ lá nguyệt quế. Để nguội.

c) Đặt đậu và bí ngô vào tô rồi phết đều một ít dầu ô liu, muối và tiêu.

d) Làm nóng lò nướng ở nhiệt độ trung bình đến cao và nướng rau cho đến khi chúng mềm.

e) Đặt rau nướng vào tô lớn. Nướng nấm, lật chúng thường xuyên trong khoảng. 5-6 phút. Đặt sang một bát riêng và rắc rau mùi tây.

f) Để kết hợp salad, hãy thêm đậu lăng nấu chín vào đậu và bí ngô, thêm lá salad, bạc hà và nước sốt còn sót lại. Dùng tay nhẹ nhàng trộn đều salad.

g) Để phục vụ, đặt salad đậu lăng lên đĩa lớn, rắc hạnh nhân vụn và đặt 4 cây nấm lên trên. Rắc nước ép còn sót lại từ nấm.

h) Ăn kèm với bánh mì giòn hoặc các loại thịt nướng yêu thích của bạn.

5. Salad nấm và bắp cải tím

Phục vụ 2-4

Thành phần

- 100g nấm nút, thái lát mỏng
- 100g nấm đông cô, bỏ cuống, thái lát mỏng
- 100g nấm sò, thái lát mỏng
- 2 thìa nước cốt chanh
- 2 thìa cà phê nước tương
- 1 tép tỏi, bóc vỏ và nghiền nát
- 2 thìa nước cốt chanh
- 3 muỗng canh dầu ô liu nguyên chất
- $\frac{1}{4}$ bắp cải đỏ (khoảng 150g), bỏ lõi, thái mỏng
- 2 muỗng canh giấm táo
- 1 thìa cà phê đường
- 100ml sữa chua nguyên chất
- 50ml dầu thực vật
- Muối và hạt tiêu đen

- Một nắm lá húng quế

Hướng

a) Đặt nấm nút và nấm hương vào một tô và nấm sò vào một tô khác. Thêm nước cốt chanh và nước tương vào nút và nấm hương. Thêm tỏi và 1 thìa nước cốt chanh vào nấm sò. Thêm một nửa dầu ô liu vào mỗi loại, sau đó trộn.

b) Trộn bắp cải với giấm và đường rồi để cả bắp cải và nấm ướp ít nhất 2 giờ, tốt nhất là 6-8 giờ, đậy kín trong tủ lạnh. Quăng cả hai một vài lần.

c) Đánh đều phần nước cốt chanh còn lại với sữa chua và dầu thực vật rồi nêm muối và tiêu. Để phục vụ, trộn nấm lại với nhau và để ráo nước. Xé lá húng quế và trộn với bắp cải.

d) Chia bắp cải ra đĩa, sau đó xếp nấm lên trên. Khuấy sữa chua một lần nữa rồi rưới lên món salad.

NẤM Bờm Sư Tử

6. Quiche bờm sư tử

Thành phần

- 1 vỏ bánh ngọt
- Một chút muối và hạt tiêu
- 2 cốc phô mai bào
- 1 cốc sữa
- 1 củ hành vừa, thái hạt lựu
- 2 thìa bột mì
- $\frac{1}{2}$ pound. Nấm bờm sư tử, thái lát mỏng
- $\frac{1}{4}$ thìa cà phê mù tạt khô
- 1 muỗng canh bơ 3 quả trứng
- 1 muỗng canh dầu ô liu

Hướng:

a) Phủ phô mai vào đáy vỏ bánh ngọt. Xào nấm và hành tây trong hỗn hợp gồm 1 thìa bơ và 1 thìa dầu ô liu cho đến khi mềm.
b) Đặt hỗn hợp nấm/hành tây lên trên phô mai. Thêm muối và hạt tiêu cho vừa ăn.
c) Đánh đều bột mì, trứng, sữa và mù tạt khô rồi đổ lên lớp nấm. Nướng ở 375 độ hoặc cho đến khi phần giữa cứng lại.

7. Nước sốt bơm sư tử

Thành phần

- ½ pound. Nấm bờm sư tử thái lát hoặc cắt nhỏ
- 3 thìa bơ
- ¼ chén hành tây xắt nhỏ
- 2 cốc kem nhẹ (hoặc sữa tùy chọn)
- 2 cốc nước
- 3 thìa bột mì

Hướng:

a) Kết hợp nước và 2/3 số nấm, đun nhỏ lửa trong 20 phút. Trong một chảo riêng, xào bơ, nấm còn lại và hành tây cho đến khi có màu nâu.
b) Rắc hỗn hợp bột lên hỗn hợp nấm/hành tây và nấu vài phút.
c) Trộn kem (hoặc sữa) và hỗn hợp nước rồi thêm vào hỗn hợp xào. Đun nhỏ lửa trong chảo mở cho đến khi đạt độ đặc mong muốn.

8. Gỏi ấm nấm bờm sư tử

Năng suất: 1 khẩu phần

Thành phần

- 2 muỗng canh dầu ô liu
- 1 quả chanh; nước ép của
- 2 thìa cà phê mù tạt nguyên hạt
- 1 muỗng canh mật ong trong
- Muối và hạt tiêu đen mới xay
- 3 muỗng canh dầu ô liu
- 2 bánh mì Granary cắt lát; bỏ vỏ, trộn lá xà lách
- 8 quả cà chua bi; giảm đi một nửa
- 1 gói nấm bờm sư tử 125 g; giảm một nửa rồi chia đôi; thái lát mỏng một nửa

Hướng:

a) Trộn đều tất cả các nguyên liệu làm nước sốt và thêm gia vị cho vừa ăn. Thư giãn cho đến khi cần thiết.

b) Đun nóng 2 thìa dầu trong chảo, cho từng viên bánh mì vào chiên vàng đều các mặt. Xả trên giấy nhà bếp thấm.

c) Xếp lá rau diếp, cà chua bi và bánh mì nướng đã chuẩn bị sẵn vào đĩa phục vụ hoặc một tô lớn.

d) Đun nóng thìa dầu còn lại trong chảo, cho tỏi và các lát nấm Bờm Sư Tử vào phi thơm. Xào nấm cho đến khi vàng nâu mỗi mặt, mất khoảng 3-5 phút.

e) Xếp các lát nấm lên món salad và rưới lên nước sốt salad.

9. Bánh Cua Bờm Sư Tử

Thành phần

- 8 oz. Nấm bờm sư tử
- 1 quả trứng (hoặc trứng lanh)
- 1/2 chén vụn bánh mì panko
- 1/4 chén hành tây (thái hạt lựu)
- 1 muỗng canh sốt mayonnaise hoặc sốt mayonnaise thuần chay
- 1 thìa cà phê sốt Worcestershire
- 3/4 muỗng cà phê gia vị bay cũ
- 1 thìa cà phê mù tạt dijon
- 1 muỗng canh rau mùi tây (thái nhỏ)
- 1/4 thìa cà phê muối (tuỳ khẩu vị của bạn)
- 1/4 thìa cà phê tiêu đen
- 2-3 muỗng canh dầu (để chiên bánh)
- 2 cách trang trí tối ưu: chanh
- Sốt Tartar Nhanh
- 1/4 cốc sốt mayonnaise hoặc sốt mayonnaise thuần chay

- 1 muỗng canh thì là dưa chua
- 1/4 muỗng cà phê gia vị bay cũ

Hướng

a) Dùng tay xé nhỏ Nấm Bờm Sư Tử thành từng miếng nhỏ giống như bề mặt của cua vảy.

b) Trong một tô lớn, trộn trứng, sốt mayonnaise, hành tây, sốt Worcestershire, gia vị cũ, mù tạt Dijon, rau mùi tây (thái nhỏ), muối và tiêu. Trộn cho đến khi kết hợp hoàn toàn.

c) Trộn Nấm Bờm Sư Tử cho đến khi hòa quyện hoàn toàn.

d) Trộn vụn bánh mì Panko cho đến khi hòa quyện hoàn toàn.

e) Tạo hỗn hợp thành 3-4 miếng tròn dẹt có kích thước bằng nhau (dày khoảng 1/2 đến 3/4 inch).

f) Đun nóng dầu trong chảo xào ở lửa vừa/cao.

g) Chiên miếng chả khoảng 2-3 phút mỗi mặt. Nên có màu nâu vàng và chín đều.

h) Thêm trang trí tùy thích, vắt chanh và thưởng thức!

10. Nấm bờm sư tử áp chảo

Thành phần

Đối với nấm:

- 1 lb. nấm bờm sư tử rửa sạch và thái thành từng miếng ⅓-inch

- 1 quả trứng

- ½ cốc sữa

- 1 cốc bột mì đa dụng

- 2 thìa cà phê ớt bột

- 2 muỗng cà phê húng quế khô

- 1 ½ muỗng cà phê muối biển

- 1 thìa cà phê tiêu xay

- 1 thìa cà phê bột tỏi

- 1 thìa cà phê bột hành

- 3-6 muỗng canh dầu thực vật để nấu ăn

Hướng

a) Trong một bát, đánh trứng cho đến khi chín và khuấy sữa cho đến khi hòa quyện. Trong một bát khác, trộn bột mì với tất cả các gia vị khô—ớt bột cho đến bột hành tây và trộn đều.

b) Nhúng một lát nấm bờm sư tử vào hỗn hợp trứng, sau đó lăn qua hỗn hợp bột mì. Đặt sang một cái đĩa lớn hoặc thớt. Tiếp tục cho đến khi nhúng và nạo được khoảng một nửa số nấm.

c) Làm nóng chảo lớn trên lửa vừa. Thêm 1-2 muỗng canh dầu thực vật (hoặc mỡ nấu ăn tùy chọn) vào chảo và đảo đều dầu nóng xung quanh.

d) Dùng kẹp nhẹ nhàng đặt các lát nấm đã nạo vào chảo, chú ý không để chảo dính chặt. Giảm nhiệt xuống thấp—điều này sẽ giúp nấm chín kỹ mà không bị cháy và chuyển sang màu nâu quá nhiều. Nghiêng chảo một chút để dầu dàn đều. Tiếp tục nấu một mặt trong 3-4 phút trên lửa nhỏ, chú ý không làm cháy nấm.

e) Dùng kẹp cẩn thận lật từng miếng nấm lên và nấu mặt còn lại trong 3-4 phút.

f) Cẩn thận lấy nấm chiên ra khỏi chảo và đặt lên khăn giấy để thấm bớt dầu thừa.

g) Lau sạch chảo bằng khăn giấy sạch (dùng kẹp để giữ khăn giấy để không bị bỏng tay!!), và lặp lại các bước 2-4 cho đến khi nấm chín hẳn.

h) Trộn sốt cà chua + mayo (hoặc dùng loại nước chấm yêu thích của bạn) và dùng nóng.

11.   bờm sư tử chiên.

Khẩu phần: 4

Thành phần

Đối với nấm:

- 1 lb. nấm bờm sư tử rửa sạch và thái thành từng miếng ⅓ -inch

- 1 quả trứng

- ½ cốc sữa (bất kỳ loại nào - không đường và không hương vị nếu dùng sữa thực vật)

- 1 cốc bột mì đa dụng

- 2 thìa cà phê ớt bột

- 2 muỗng cà phê húng quế khô (hoặc gia vị Ý hoặc lá oregano)

- 1 ½ muỗng cà phê muối biển

- 1 thìa cà phê tiêu xay

- 1 thìa cà phê bột tỏi

- 1 thìa cà phê bột hành

- 3-6 muỗng canh dầu thực vật để nấu ăn (hoặc mỡ nấu ăn tùy thích)

Để ngâm mình:

- 2 muỗng canh sốt mayonaise
- 2 muỗng canh sốt cà chua
- Thiết bị đặc biệt
- 2 bát vừa
- Một cái đĩa hoặc thớt lớn (hoặc bất kỳ bề mặt phẳng sạch nào)
- Chảo chống dính cỡ lớn
- cái kẹp
- Đĩa có lót khăn giấy

Hướng

a) Trong một bát, trộn đều trứng và sữa. Trong một bát khác, trộn bột mì với tất cả các gia vị khô—ớt bột cho đến bột hành tây và trộn đều.

b) Nhúng một lát nấm bờm sư tử vào hỗn hợp trứng, sau đó lăn qua hỗn hợp bột mì. Đặt sang một cái đĩa lớn hoặc thớt. Tiếp tục cho đến khi nhúng và nạo hết nấm.

c) Làm nóng chảo lớn trên lửa vừa. Cho 1-2 thìa dầu vào chảo, đảo đều. Đặt các lát nấm nạo vào chảo, chú ý không để chảo bị dồn. Hạ nhiệt xuống thấp và nghiêng chảo một chút để dầu lan ra xung quanh. Nấu khoảng 3-4 phút mỗi mặt, chú ý không làm cháy nấm.

d) Cẩn thận lấy nấm chiên ra khỏi chảo và đặt lên khăn giấy để thấm bớt dầu thừa.

e) Lau sạch chảo bằng khăn giấy sạch (dùng kẹp để giữ khăn giấy để không bị bỏng tay!!) và lặp lại các bước 3-4 cho đến khi nấm chín hẳn.

f) Trộn sốt cà chua + mayo (hoặc dùng nước chấm yêu thích của bạn) và dùng nóng.

12.   và phô mai Lion's

NĂNG LƯỢNG: 1 TRÁNH TRÁNG

Thành phần

- Trứng, Lớn 2 quả (3,6 oz.) (102 g)

- Nấm, Bờm sư tử, thái hạt lựu nhỏ 1/4 cốc (0,6 oz.) (17 g)

- Giăm bông, kiểu Deli, thái lát mỏng, thái hạt lựu nhỏ 1/3 cốc (1 oz.) (28 g)

- Phô mai, Colby Jack, Cắt nhỏ. 1/3 cốc (1 oz.) (28 g)

Hướng:

a) Làm nóng trước vỉ nướng của bạn ở mức trung bình/thấp đến trung bình.

b) Tập hợp tất cả các thành phần của bạn.

c) Cắt nhỏ nấm và giăm bông.

d) Trong một cái bát nhỏ, đánh trứng với nhau. Nếu bạn muốn món trứng tráng bông xốp, hãy thêm khoảng 1 thìa sữa và trộn đều.

e) Trên vỉ nướng khô đã được làm nóng trước, xào nấm thái hạt lựu cho đến khi chúng bắt đầu có màu nâu vàng.

f) Nấu thịt giăm bông thái hạt lựu trong khi nấm chín vàng.

g) Kết hợp nấm và giăm bông với nhau trên vỉ nướng.

h) Nếu bạn có vòng trứng tráng, bạn có thể sử dụng nó ngay bây giờ.

i) Đặt lớp mỡ mỏng mong muốn của bạn lên vỉ nướng. Tôi đã sử dụng bình xịt nấu ăn, bơ, mỡ xông khói và dầu ô liu. Chỉ cần đảm bảo trải nó ra và nó đủ lớn để món trứng tráng chín.

j) Đổ trứng đã đánh bông lên vỉ nướng nóng đã phết mỡ. Trứng phải ở dạng tròn 6 inch. Nếu trứng bắt đầu chảy trên vỉ nướng, hãy dùng thìa và đưa nó trở lại hình tròn.

k) Khi trứng ngừng chảy thì cho thịt giăm bông và nấm đã luộc chín lên trên rồi dàn đều quanh vòng tròn.

l) Nấu trứng tráng khoảng 2 phút mỗi bên. Nhưng thời gian nấu sẽ khác nhau. Bạn cần nấu món trứng tráng theo hình thức bên ngoài vì mỗi vỉ nướng sẽ có nhiệt độ khác nhau.

m) Khi món trứng tráng giăm bông và nấm chín một mặt là lúc lật mặt. Dùng thìa lớn, cẩn thận lật món trứng tráng lại.

n) Thêm một nửa số phô mai cắt nhỏ vào một nửa món trứng tráng.

o) Sau khi món trứng tráng nấm, giăm bông và phô mai đã chín, hãy lật làm đôi để mặt không có phô mai phủ lên phô mai tan chảy.

p) Phủ phô mai vụn còn lại lên trên và lấy ra khỏi vỉ nướng.

13.   Bánh cua bờm sư tử

Mang lại 6 phần ăn

Thành phần :

- ⅓ cốc sốt mayonnaise
- 1 trứng lớn
- 2 muỗng canh mù tạt dijon
- 2 thìa cà phê sốt Worcestershire
- 2 chén nấm bờm sư tử đã khử nước
- 1 quả ớt chuông đỏ, thái hạt lựu
- 1 hành lá, thái lát
- 2 tép tỏi, băm nhỏ
- ½ chén bột mì hoặc vụn bánh mì (tùy chọn không chứa gluten)
- Nước cốt chanh, tùy theo khẩu vị
- Muối và hạt tiêu đen cho vừa ăn

Hướng:

a) Trong một bát nhỏ, trộn đều mayo, trứng, mù tạt và sốt Worcestershire.

b) Trong một tô lớn, cho nấm Lion's Mane cùng với ớt chuông, hành lá và tỏi vào. Trộn bột mì hoặc vụn bánh mì, muối và hạt tiêu. Khuấy các nguyên liệu trong bát nhỏ.

c) Sử dụng hỗn hợp để tạo thành 6 miếng chả.

d) Phủ một chảo lớn với dầu và đun nóng ở mức trung bình cao. Thêm bánh vào và nấu cho đến khi vàng và giòn, vài phút mỗi mặt.

e) Hãy tận hưởng những lợi ích sức khỏe của Lion's Mane khi bạn thưởng thức những chiếc bánh này với nước cốt chanh hoặc loại topping yêu thích khác.

14.   Phi lê bờm sư tử

Thành phần :

- 1 pound nấm Lion's Mane, cắt thành miếng phi lê $\frac{3}{4}$ inch, ép hết nước thừa

- 1 muỗng canh bơ sữa trâu

- $\frac{1}{2}$ chén rượu trắng khô (hoặc thay thế bằng 2 muỗng canh rượu sherry khô)

- 1 củ hẹ vừa, băm nhỏ (hoặc thay thế bằng 3 tép tỏi)

- Muối và hạt tiêu đen cho vừa ăn

Hướng:

a) Ướp phi lê bờm sư tử với muối và tiêu

b) Đun nóng ghee trong chảo lớn trên lửa vừa cao.

c) Thêm Lion's Mane và dùng thìa ấn xuống để loại bỏ nước thừa. Chiên cả hai mặt với màu nâu và mềm.

d) Hạ nhiệt xuống mức trung bình thấp. Thêm rượu vang hoặc rượu sherry và hẹ tây hoặc tỏi, đậy nắp và nấu cho đến khi tỏi mềm.

e) Hãy phục vụ các món ăn yêu thích của bạn và tận hưởng những lợi ích sức khỏe của Lion's Mane một cách ngon lành!

15.   Lion's Mane Clarity Latte

Mang lại 1 khẩu phần

Thành phần :

- ½ cốc cà phê
- ½ thìa cà phê cồn nấm Revival Lion's Mane
- ½ cốc sữa tùy chọn
- Một chút quế
- Nhúm hạt nhục đậu khấu

Hướng:

a) Thêm nguyên liệu vào máy xay.

b) Trộn ở tốc độ cao cho đến khi nổi bọt và trộn kỹ.

16. Cuộn tôm hùm bờm sư tử

Thành phần :

- 2 quả trứng lớn
- 2 thìa gia vị Old Bay
- 1 thìa cà phê muối cần tây
- 2 thìa nước cốt chanh
- 1 pound nấm bờm sư tử, cắt thành lát $\frac{1}{4}$ inch
- 3 muỗng canh dầu ô liu hoặc ghee
- $\frac{1}{2}$ cốc sốt mayonaise
- $\frac{1}{2}$ củ hành đỏ, thái hạt lựu
- $\frac{1}{4}$ chén thì là tươi, xắt nhỏ
- $\frac{1}{4}$ chén mùi tây tươi, xắt nhỏ
- $\frac{1}{2}$ chén cần tây thái hạt lựu
- 4 cuộn hoagie hoặc kiểu Pháp (tùy chọn dùng kèm salad)
- Muối và tiêu

Hướng:

a) Trong một bát vừa, đánh trứng. Đánh đều gia vị Old Bay, muối cần tây và nước cốt chanh.

b) Thêm các lát nấm vào hỗn hợp trứng và đảo cho đến khi ngấm.

c) Đun nóng dầu hoặc ghee trong chảo lớn trên lửa vừa cao. Nấu các lát nấm, áp chảo mỗi mặt trong khoảng 2 phút. Loại bỏ nấm và để ráo nước trên khăn giấy. Sau khi nguội, dùng nĩa hoặc ngón tay cắt nhỏ nấm.

d) Trong một bát vừa, kết hợp sốt mayonnaise, hành tây, thì là, rau mùi tây và cần tây. Thêm nấm cắt nhỏ vào và trộn kỹ. Thêm muối cần tây và/hoặc nước cốt chanh cho vừa ăn.

e) Cắt mở những ổ bánh mì hoặc chuẩn bị món salad để phục vụ "tôm hùm" Bờm Sư Tử. Thưởng thức!

17. Bánh kếp bờm sư tử

Mang lại 2 phần ăn

Thành phần :

- 2 quả trứng lớn
- 1 1/2 cốc sữa hạnh nhân
- 1 $\frac{1}{4}$ chén bột mì (thay thế cho các lựa chọn không chứa gluten)
- $\frac{1}{4}$ cốc bơ tan chảy
- 1 chén Lion's Mane tươi, xắt nhỏ
- Topping tự chọn

Hướng:

a) Trong một tô lớn, đánh trứng và sữa với nhau.

b) Thêm bột mì, bơ và nấm vào và khuấy đều cho đến khi mịn.

c) Cho bơ vào chảo ở lửa vừa cao, thêm $\frac{1}{2}$ cốc hỗn hợp vào chảo và lật khi xuất hiện bong bóng. Khi cả hai mặt đã vàng đều thì cho topping vào và ăn thôi!

NẤM SHIITAKE

18. Gratin Khoai Tây & Nấm Hoang Dã

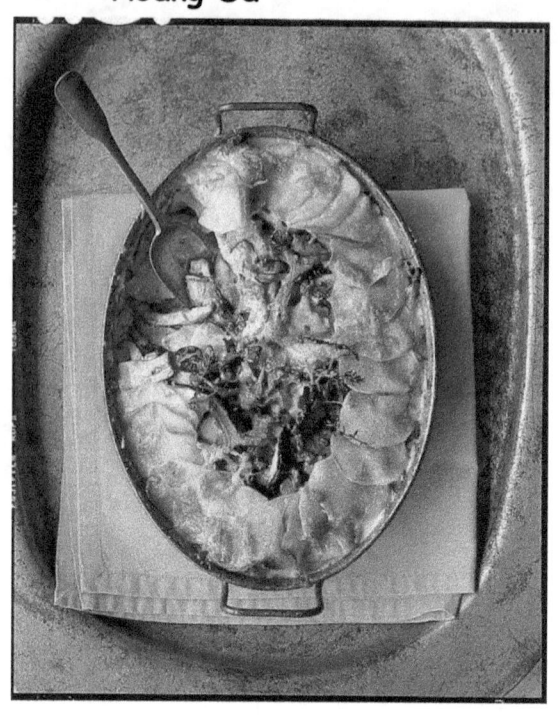

Thành phần:

- 5 oz. phô mai xanh vụn
- 1 ½ muỗng canh bơ
- 1 ½ thìa cà phê húng tây tươi cắt nhỏ
- 1 lb. nấm tươi trộn
- 1 thìa cà phê muối
- 2 ½ cốc kem tươi ½ thìa cà phê tiêu
- 2 lbs. Khoai tây Yukon Gold, gọt vỏ, cắt thành từng miếng tròn thật mỏng

Hướng:

a) Đặt giá đỡ vào 1/3 trên cùng của lò và làm nóng trước ở nhiệt độ 400o. Đĩa nướng thủy tinh bơ 13x9x2-in. Đặt phô mai vào tô vừa; thêm ½ cốc kem. Dùng nĩa nghiền hỗn hợp thành hỗn hợp sệt. Trộn 1 thìa cà phê muối và 1/2 thìa cà phê tiêu.

b) Trộn 2 cốc kem còn lại vào. Đun chảy bơ trong nồi lớn nặng trên lửa vừa cao. Thêm nấm và các loại thảo mộc vào xào cho đến khi nấm mềm và chín trong khoảng 8 phút.

c) Xếp một nửa số khoai tây xuống đáy đĩa đã chuẩn bị. Đổ đều ¾ cốc sốt phô mai lên trên. Đổ toàn bộ hỗn hợp nấm lên trên, ¾ cốc sốt phô mai, sau đó thêm khoai tây còn lại. Đổ nước sốt phô mai còn lại lên trên.

d) Đậy đĩa bằng giấy bạc. Nướng gratin 30 phút, sau đó mở nắp và nướng cho đến khi khoai tây mềm, mặt trên có màu nâu vàng và nước sốt đặc lại, lâu hơn khoảng 30 phút.

e) Để yên 10 phút; phục vụ nóng.

19. Súp nấm Hungary

Thành phần:

- 1 lb. nấm tươi trộn
- 1 muỗng canh tamari
- 2 chén hành tây xắt nhỏ
- 1 thìa cà phê muối
- 4 thìa bơ
- 2 chén thịt gà, nước luộc rau hoặc nước
- 3 thìa bột mì
- $\frac{1}{4}$ chén mùi tây tươi xắt nhỏ
- 1 cốc sữa
- 2 thìa nước cốt chanh tươi
- 1-2 thìa cà phê thì là Tiêu đen xay tươi hoặc tùy khẩu vị
- 1 muỗng canh ớt bột Hungary
- $\frac{1}{2}$ cốc kem chua

Hướng:

a) Xào hành tây với 2 thìa bơ, muối nhẹ. Vài phút sau, thêm nấm 1 thìa cà phê thì là $\frac{1}{2}$ cốc nước dùng (hoặc nước), tamari và ớt bột. Đậy nắp và đun nhỏ lửa trong 25 phút.

b) Đun chảy phần bơ còn lại trong chảo lớn; trộn bột mì vào, vừa nấu vừa đánh (vài phút). Thêm sữa; tiếp tục nấu, khuấy thường xuyên trên lửa nhỏ, khoảng 10 phút cho đến khi đặc lại.

c) Khuấy hỗn hợp nấm và phần còn lại. Đậy nắp và đun nhỏ lửa trong 10-15 phút, ngay trước khi dùng, thêm muối, hạt tiêu, nước cốt chanh, kem chua và thêm thì là nếu muốn.

d) Phục vụ trang trí với rau mùi tây.

20. Nấm nhồi

Thành phần:

- 1 lb. xúc xích số lượng lớn
- 1 lb. nấm shiitake tươi (cỡ miếng)
- 2 tép tỏi
- ½ củ hành vàng nhỏ, thái nhỏ
- 4 muỗng canh mùi tây tươi, thái nhỏ
- ½ chén vụn bánh mì dày dạn
- 1 muỗng cà phê cây xô thơm khô
- ½ thìa cà phê xô thơm khô
- Muối và hạt tiêu cho vừa ăn
- ½ cốc phô mai Parmesan

Hướng:

a) Làm nóng lò ở nhiệt độ 400o. Loại bỏ thân nấm. Cắt nhỏ thân cây và xào bơ với hành tây và tỏi cho đến khi mềm (khoảng 4 phút).

b) Lấy ra khỏi chảo. Xúc xích xào cho đến khi có màu nâu và để ráo nước. Cho hỗn hợp xúc xích và nấm vào máy xay thực phẩm; thêm các thành phần còn lại, ngoại trừ phô mai.

c) Xay cho đến khi hỗn hợp nhuyễn mịn, nêm nếm lại gia vị.

d) Nhồi hỗn hợp xúc xích vào từng nắp nấm còn lại và phủ phô mai lên trên. Đặt các nắp đã đổ đầy lên khay nướng và nướng trong 15-20 phút. cho đến khi nấm chín.

e) Có thể làm nhân xúc xích trước tối đa 2 tuần mà không cần cuống nấm và đông lạnh.

21. Fajitas gà nấm

Thành phần:

- 8 oz. phô mai kem, làm mềm
- ½ pound. nấm tươi trộn (Maitake, Shiitake, Oyster...)
- 1 muỗng cà phê gia vị fajita
- 1 muỗng canh rau mùi cắt nhỏ
- ½ thìa cà phê bột tỏi
- 4 muỗng canh dầu
- 1 củ hành đỏ nhỏ, thái lát mỏng
- 1 quả ớt chuông xanh, thái lát mỏng
- 1 quả ớt chuông đỏ, thái lát mỏng
- ½ muỗng cà phê muối
- 2 ức gà không xương/không da, thái thành dải
- 4 bánh bột mì 8 inch

Hướng:

a) Trong một bát nhỏ, khuấy đều phô mai kem, gia vị fajita, ngò và bột tỏi; để qua một bên. Trong chảo lớn trên lửa vừa cao, đun nóng 1 muỗng canh dầu; xào nấm cho đến khi mềm và chất lỏng bay hơi hết, khoảng 3-4 phút. Cạo vào một cái bát và đặt sang một bên. Trong cùng một chảo, đun nóng 2 muỗng canh dầu trên lửa vừa cao.

b) Thêm hành tây, ớt và muối vào xào cho đến khi mềm giòn (khoảng 4 phút). Đặt vào một cái bát với nấm. Đun nóng 1 muỗng canh dầu trong chảo rồi cho thịt gà vào. Nấu trên lửa vừa cao cho đến khi có màu đục trong khoảng 2 phút. Trộn với rau và hâm nóng.

c) Đặt bánh ngô lên đĩa có thể quay trong lò vi sóng và cho vào lò vi sóng trong khoảng 15 giây ở mức cao nhất cho đến khi bánh ngô ấm.

d) Chia hỗn hợp phô mai kem thành bốn phần và phết lên từng chiếc bánh tortilla. Múc hỗn hợp gà/rau lên trên phô mai kem, cuộn lại và thưởng thức. Làm 4 fajitas.

22. Súp nấm tuyệt vời

Hướng

- 6 muỗng canh bơ không muối
- 6 oz. Nấm Shiitake, thái lát và cắt bỏ cuống
- 1 thìa cà phê muối
- 1 chén hành vàng xắt nhỏ
- 6 oz. Nấm sò, thái lát
- 1 ½ thìa cà phê tỏi băm
- ½ chén cần tây xắt nhỏ
- 8 oz. Các loại nấm khác (Maitake, crimini...)
- 6 c. nước luộc gà/rau
- ¼ thìa cà phê ớt cayenne (đỏ)
- ½ muỗng cà phê tiêu đen
- 1/3 c. rượu mạnh
- 2 muỗng cà phê lá húng tây tươi
- 1 ½ c. kem béo

Hướng:

a) Trong một cái nồi lớn, làm tan bơ trên lửa vừa cao. Thêm hành tây, cần tây và ớt cayenne vào nấu cho đến khi mềm, khoảng 4 phút. Thêm tỏi, nấu 30 giây.

b) Thêm nấm, húng tây, muối/tiêu và nấu cho đến khi nấm bắt đầu chuyển sang màu nâu, khoảng 7 phút. Thêm rượu mạnh, đun sôi và nấu cho đến khi chín, khoảng 2 phút. Thêm nước kho vào và đun sôi lại. Giảm nhiệt xuống mức vừa phải và đun nhỏ lửa, thỉnh thoảng khuấy trong 15 phút. Loại bỏ khỏi nhiệt.

c) Thêm kem, đun nhỏ lửa và nấu trong 5 phút. Tắt bếp và điều chỉnh gia vị cho vừa ăn.

23.   Bánh rán ngô và nấm hương

Phục vụ: 1

Thành phần

- 3 tai ngô
- 1 trứng lớn
- ¼ cốc sữa
- 2 oz. nấm hương
- ¼ chén hành đỏ thái hạt lựu
- ¾ chén bột mì đa dụng
- 1 thìa cà phê bột nở
- 1 ½ muỗng cà phê muối kosher
- ½ thìa cà phê tiêu
- ½ chén dầu
- Dầu để chiên

Hướng

a) Tách hạt ngô ra khỏi lõi ngô. Cho một nửa vào máy xay thực phẩm và đặt nửa còn lại sang một bên. Dùng phần cùn của dao cạo phần cùi từ lõi ngô cho vào máy xay. Thêm trứng và sữa, sau đó xay nhuyễn cho đến khi tạo thành bột mịn.

b) Đun nóng một chút dầu trong chảo chống dính, sau đó cho nấm hương và hành tây vào. Chiên cho đến khi chín vàng nhạt, sau đó cho phần ngô còn lại vào chiên thêm một phút nữa.

c) Chuyển sang đĩa và cho vào ngăn đá tủ lạnh trong 5 phút cho đến khi không còn nóng.

d) Trong một tô trộn, trộn đều bột mì đa dụng, bột nở, muối và hạt tiêu. Cho hỗn hợp xay nhuyễn vào, sau đó cho hạt ngô và nấm đông cô vào tủ đông.

e) Làm sạch chảo rán và thêm $\frac{1}{2}$ chén dầu. Khi nóng, thêm tám muỗi bột và dàn thành độ dày $\frac{1}{2}$ inch. Chiên các miếng bánh cho đến khi vàng ở mặt dưới, sau đó lật lại và chiên tiếp mặt còn lại.

f) Xả các món rán trên khăn giấy trước khi phục vụ.

24. Risotto nấm Shiitake

Máy chủ 4

Thành phần :

- 4 cốc nước luộc rau
- 1 chén cơm arborio/risotto
- 2 chén nấm shiitake, thái lát
- 1 muỗng canh nước tương
- 1 muỗng canh húng tây tươi, xắt nhỏ
- 1 muỗng canh rau mùi tây tươi, xắt nhỏ
- $\frac{1}{4}$ chén rượu trắng khô (tùy chọn)
- $\frac{1}{2}$ chén hành tím thái mỏng
- Parmesan thuần chay, để phục vụ

Hướng :

a) Trong chảo sâu lòng hoặc chảo có đáy rộng, đun nóng một ít dầu trên lửa vừa. Thêm hẹ tây, sau đó nêm muối và hạt tiêu. Xào cho đến khi chín vàng thì cho nấm và nước tương vào. Nấu cho đến khi nấm hương có màu vàng và có màu caramen.

b) Lấy một thìa nấm ra khỏi chảo và đặt sang một bên.

c) Thêm húng tây và rau mùi tây, tiếp theo là gạo arborio. Để nấu trong 1 phút, khuấy đều để gạo không bị dính. Sau đó, thêm rượu trắng khô và nấu cho đến khi hấp thụ gần hết.

d) Mỗi lần thêm một muôi nước luộc rau vào, khuấy thường xuyên. Khi mỗi muôi đã đầy, hãy thêm một muôi khác. Tiếp tục làm như vậy cho đến khi cơm arborio chín hoàn toàn.

e) Tắt bếp và khuấy đều parmesan thuần chay.

f) Chia giữa các bát và trên cùng với nấm caramen dành riêng và một ít rau mùi tây. Phục vụ.

25. Nấm Shiitake nướng

Máy chủ 4

Thành phần

- 4 oz. nấm shiitake, bỏ cuống và thái lát mũ
- 12 oz. măng tây, cắt tỉa
- 1 muỗng canh dầu ô liu
- Muối và hạt tiêu cho vừa ăn
- 1 ½ muỗng canh nước tương
- ½ muỗng canh hương thảo khô

Hướng :

a) Làm nóng lò ở nhiệt độ 425°F.

b) Cho tất cả nguyên liệu vào đĩa chịu nhiệt hoặc khay nướng có lót giấy nến, đảo đều để dầu và gia vị phủ đều lên rau.

c) Nướng trong 10 phút cho đến khi nấm mềm và măng tây mềm giòn.

d) Ăn kèm với nước chấm.

26. Salad Shiitake-lúa mạch ấm

Máy chủ 4

Thành phần :

- ¾ chén lúa mạch trân châu

- ¼ lb. nấm shiitake, bỏ cuống và thái lát mũ

- 1 củ hẹ, thái hạt lựu

- 1 củ hành đỏ, giảm một nửa

- 4 tép tỏi, băm nhỏ

- Muối và hạt tiêu cho vừa ăn

- 4 muỗng canh men balsamic

- 1 muỗng canh xi-rô cây phong hoặc mật ong

- 1 đầu rau diếp lớn, rách

- ¼ chén mùi tây, xắt nhỏ

- ¼ chén thì là, xắt nhỏ

Hướng :

a) Cho lúa mạch, hành đỏ, tỏi và muối vào nồi. Đổ nước ngập khoảng 2 inch, sau đó đun nhỏ lửa cho đến khi hạt mềm và ngấm nước - khoảng 40 phút.

b) Khi lúa mạch còn khoảng 10 phút thì làm nấm giòn. Đun nóng một chút dầu trong chảo rồi cho nấm vào chiên cho đến khi vàng trong khoảng 10 phút. Chuyển ra đĩa có lót giấy ăn cho ráo nước rồi rắc muối và tiêu.

c) Trong cùng một chảo rán, thêm hẹ tây và nấu cho đến khi vàng. Nhấc chảo ra khỏi bếp, sau đó cho xi-rô balsamic và phong vào khuấy đều.

d) Thêm lá rau diếp vào đĩa hoặc bát salad. Thêm lúa mạch và nước sốt balsamic vào, đảo kỹ. Phủ nấm, mùi tây và thì là lên trên.

e) Có thể được phục vụ ấm hoặc mát.

27. Nấm hương mè giòn và dai

Phục vụ: 2

Thành phần :

- 1 chén cơm trắng
- 2 chén nấm hương khô
- $\frac{1}{4}$ chén bột bắp, cộng thêm
- dầu mè
- $\frac{1}{4}$ chén nước tương
- 2 muỗng canh đường nâu
- 2 muỗng canh giấm rượu gạo
- 2 tép tỏi, băm nhỏ
- 1 miếng gừng cỡ ngón tay cái, bào sợi
- 2 muỗng cà phê nước sốt nóng
- 2 củ hành, thái lát
- 2 thìa cà phê hạt vừng

Hướng :

a) Cho nấm vào tô và đậy nắp bằng nước sôi. Ngâm khoảng 40 phút cho mềm rồi vớt ra để ráo. Dùng vải vắt bớt nước thừa ra khỏi nấm, cẩn thận không làm nát nấm. Sau đó, cắt thành từng lát dày và trộn với bột ngô.

b) Vo gạo cho đến khi nước trong. Điều này sẽ loại bỏ tinh bột và làm cho cơm trở nên dính. Nấu theo hướng dẫn trên bao bì sau đó để khô bằng hơi nước.

c) Đun nóng một ít dầu mè trong chảo hoặc chảo rán trên lửa vừa cao. Khi sôi, cho nấm vào xào cho đến khi chín vàng và không còn bột ngô.

d) Trong khi đó, trộn nước tương, đường nâu, giấm gạo, tỏi, nước sốt nóng và gừng vào tô. Đánh đều, sau đó cho vào nồi nhỏ và nấu cho đến khi đặc lại.

e) Thêm nấm vào nước sốt và trộn đều.

f) Chia cơm ra các bát, rắc nấm lên trên. Thêm hạt vừng và hành lá rồi thưởng thức.

28. Quả sồi và nấm dại

Năng suất: 2 phần ăn

Thành phần

- 1 quả bí đao; giảm một nửa và gieo hạt
- ½ cốc quả nam việt quất khô hoặc nho khô
- ¼ cốc nước nóng
- 4 thìa bơ
- 4 ounce nấm tươi hoang dã (như nấm hương); bỏ cuống và cắt nhỏ
- ¼ chén hành tây xắt nhỏ
- 1 thìa cà phê xô thơm khô
- 1 cốc vụn bánh mì nguyên hạt

Hướng

a) Làm nóng lò ở nhiệt độ 425#161#F. Đặt mặt cắt bí đao xuống đĩa nướng thủy tinh 8x8x2 inch. Đậy chặt đĩa bằng màng bọc thực phẩm. Lò vi sóng ở mức cao nhất trong 10 phút. Đâm thủng nhựa để hơi nước thoát ra ngoài.

b) Mở nắp và lật hai nửa quả bí đã cắt lên trên. Nêm các khoang bằng muối và hạt tiêu. Kết hợp quả nam việt quất khô và nước nóng vào một cái bát nhỏ. Đun chảy 3 thìa bơ trong chảo nặng vừa trên lửa vừa. Thêm nấm, hành tây và cây xô thơm

c) Xào cho đến khi bắt đầu mềm, khoảng 5 phút. Thêm vụn bánh mì và khuấy cho đến khi vụn bánh mì có màu nâu nhạt, khoảng 3 phút.

d) Trộn quả nam việt quất với nước ngâm. Nêm muối và tiêu cho vừa ăn. Gò nhồi vào nửa quả bí. Chấm bơ còn lại. Nướng cho đến khi nóng và giòn ở trên, khoảng 10 phút.

29. lasagne nấm hoang dã và kỳ lạ

Năng suất: 9 phần ăn

Thành phần

- 2 muỗng canh dầu ô liu
- 1 củ hành lớn; băm nhỏ
- 2 ounce prosciutto di Parma; Thái nhỏ
- 2 thìa hẹ tây băm
- 2 thìa tỏi băm
- ½ chén mùi tây thái nhỏ
- 1 pound các loại nấm hoang dã và kỳ lạ
- 2 muỗng canh húng quế xắt nhỏ
- 1 muỗng canh oregano tươi xắt nhỏ
- ⅔ cốc rượu trắng khô
- 1,5 pound cà chua nghiền đóng hộp; đến 2 pound
- 2 cốc phô mai ricotta tươi
- 1 quả trứng
- 2 cốc phô mai Parmigiano-Reggiano bào

- ½ chén phô mai mozzarella bào
- 1 muối; nếm thử
- 1 hạt tiêu đen mới xay
- 1 pound mì ống tươi cắt trong lasagnas; lòng trắng,
- ½ cốc kem đặc
- ¼ cốc sữa
- 8 lá húng quế khô

Hướng

a) Làm nóng lò ở nhiệt độ 350 độ. Thoa nhẹ dầu vào đĩa nướng hình chữ nhật 13 x 9 inch. Trong chảo Sauté lớn, đun nóng dầu ô liu.

b) Khi dầu nóng, xào hành tây và prosciutto trong khoảng 4 phút hoặc cho đến khi hành tây héo và hơi caramen.

c) Khuấy ½ cốc rau mùi tây, hẹ tây và nấm. Xào trong 10 phút hoặc cho đến khi nấm có màu vàng nâu. Nêm với muối và hạt tiêu.

d) Khuấy tỏi, húng quế và lá oregano. Lọc hỗn hợp nấm và dự trữ chất lỏng. Đặt chất lỏng trở lại chảo và đun nhỏ lửa cho đến khi chất lỏng tạo thành lớp men, khoảng 5 phút. Thỉnh thoảng cạo các bên để nới lỏng bất kỳ hạt nào.

e) Thêm rượu và làm theo quy trình tương tự. Thêm cà chua và tiếp tục nấu trong 10 phút.

f) Nêm với muối và hạt tiêu. Thêm hỗn hợp nấm vào nước sốt.

g) Trong một bát trộn, trộn phô mai Ricotta, trứng, mùi tây còn lại, ½ cốc phô mai Parmigiano-Reggiano bào và phô mai Mozzarella.

h) Nêm với muối và hạt tiêu. Để lắp ráp, múc một lượng nhỏ nước sốt vào đáy đĩa nướng. Rắc phô mai Parmesan. Đặt một lớp mì ống lên trên nước sốt. Phết phô mai lên mì ống.

i) Trộn kem với phần phô mai còn lại.

j) Nêm với muối và hạt tiêu. Đổ lên trên món lasagna. Che lasagna. Nướng trong 30 phút có nắp đậy và 10 đến 15 phút không đậy nắp, hoặc cho đến khi lasagna có màu nâu vàng và chín.

k) Lấy lasagna ra khỏi lò và để yên trong 10 phút trước khi cắt. Đặt một phần lasagna vào giữa đĩa. Trang trí với phô mai bào và lá húng quế chiên.

30. BQ vịt & nấm quesadilla

Năng suất: 4 phần ăn

Thành phần

- ½ chén chân vịt nướng; thịt được tách xương từ 2 chân vịt không da
- 1 cốc sốt BBQ New Mexico
- ½ chén nước dùng gà
- ½ chén mũ nấm hương nướng, nướng
- 3 bánh bột mì (6 inch)
- ¼ cốc Monterey jack nghiền
- ¼ cốc phô mai trắng bào sợi
- Muối và hạt tiêu mới xay
- ½ cốc salsa xoài cay

Hướng

a) Cho chân vào nồi và phết nước sốt. Đổ nước dùng quanh chân. Đậy nắp và nướng trong 3 giờ ở nhiệt độ 300 độ, phết sốt BBQ cứ sau 30 phút. Để nguội, vớt thịt vịt ra.

b) Chuẩn bị một đống lửa củi hoặc than củi rồi đốt thành than hồng.

c) Đặt 2 bánh ngô lên bề mặt làm việc. Trải một nửa pho mát, thịt vịt và nấm lên mỗi miếng và nêm muối và hạt tiêu cho vừa ăn. Xếp 2 lớp lên nhau, phủ phần bánh tortilla còn lại lên, phết 1 thìa dầu và rắc đều bột ớt. Có thể được chuẩn bị trước cho đến thời điểm này và để trong tủ lạnh. Nướng mỗi mặt trong 3 phút hoặc cho đến khi bánh ngô hơi giòn và phô mai tan chảy.

d) Cắt thành từng phần tư và dùng nóng, trang trí với salsa.

31. Bánh mì cuộn nhân nấm rừng

Năng suất: 4 phần ăn

Thành phần

- 4 ổ bánh mì trắng tròn, ngon
- 2 tép tỏi lớn, bóc vỏ và cắt đôi
- 50 ml (2 oz.) dầu ô liu
- 200 gram (7 oz.) nấm dại
- 25 gram (1 oz.) bơ không muối
- 50 ml (2 oz.) nước pha với 1 1/2 muỗng cà phê nước cốt chanh
- Muối và hạt tiêu đen mới xay
- 1 thìa cà phê rau ngò tươi, xắt nhỏ [thảo dược thuộc họ cà rốt]
- Vài lá ngải giấm trụng trong nước sôi vài giây rồi thái nhỏ
- 1 thìa cà phê mùi tây tươi cắt nhỏ
- 50 ml (2 oz.) kem đánh bông, đánh bông

Hướng

a) Làm nóng lò ở 180'C / 350'F / gas 4. Lấy từng cuộn bánh mì và cắt bỏ phần trên khoảng 1/3 chiều xuống. Múc ra phần bên trong mềm. Dùng tỏi chà xát mặt trong của phần rỗng và mặt trên của "nắp", sau đó phết dầu ô liu lên các bề mặt tương tự. Đặt vào lò nướng đã làm nóng trước để khô và giòn trong 10 phút.

b) Xào nấm hoang dã trong bơ trong 1 phút. Thêm nước và nước cốt chanh vào rồi nấu thêm một phút nữa với trẻ. Hương vị và nêm muối và hạt tiêu, sau đó dự trữ. Thêm các loại thảo mộc cắt nhỏ vào kem đánh bông, sau đó nếm thử và nêm muối và hạt tiêu.

c) Ngay trước khi dùng, đánh kem tươi vào nấm và nước ép của chúng. Chia nấm vào các phần rỗng của mỗi cuộn bánh mì, rưới nước sốt lên xung quanh. Top với "nắp" và phục vụ.

32. Cá bơn với nấm rừng và rau chân vịt

Năng suất: 4 phần ăn

Thành phần

- ¼ cốc nước cốt chanh tươi
- 1 muỗng canh nước tương ít natri
- 2 tép tỏi; băm nhỏ
- 2 muỗng cà phê dầu đậu phộng
- 2 muỗng cà phê nước dùng gà
- 1 thìa cà phê hành lá; băm nhỏ
- ¼ thìa cà phê ớt đỏ
- 4 Phi lê cá bơn; khoảng 5 oz. mỗi cái dày 1"
- 1 chén Nấm hoang dã bạn chọn cắt thành từng miếng
- 2 muỗng canh nước dùng gà
- 1 thìa hành tím; băm nhỏ
- 2 tép tỏi; băm nhỏ
- 2 bó rau muống; được làm sạch và cắt tỉa
- Hạt tiêu

Hướng

a) Kết hợp 7 thành phần cá bơn đầu tiên trong một bát nhỏ. Đặt cá bơn vào đĩa nướng. Đổ nước xốt lên cá bơn và để lạnh trong 1 giờ. Đun sôi nước kho, hẹ tây và tỏi trong chảo lớn nặng trên lửa cao. Thêm rau bina; Đậy nắp và nấu cho đến khi rau bina héo, khoảng 2 phút. Loại bỏ khỏi nhiệt. Nêm với muối và hạt tiêu. Che và giữ ấm.

b) Trong khi đó, làm nóng gà thịt trước. Chuyển cá bơn sang chảo gà thịt; nước xốt dự trữ. Nướng cá bơn cho đến khi có màu đục ở trên, khoảng 3 phút.

c) Lật cá bơn lại và thêm nấm vào chảo gà thịt. Tiếp tục nướng cho đến khi cá bơn vừa chín và nấm mềm, khoảng 3 phút.

d) Mang nước xốt dành riêng vào đun sôi trong nồi nhỏ nặng. Để ráo rau bina nếu cần và chia cho 4 đĩa. Top với cá bơn.

e) Rưới nước xốt lên trên, trang trí với nấm và thưởng thức.

33. Kem nấm cơm rừng

Năng suất: 1 phần ăn

Thành phần

- 7 thìa bơ (chia); (7/8 que)
- 4 muỗng canh bột mì đa dụng
- 1 cốc sữa nóng; (hớt hoặc 2%)
- 2 chén nước luộc rau; (đã chia ra)
- ½ chén hành tây thái lát; (đã chia ra)
- ½ thìa cà phê ớt bột
- ½ muỗng cà phê hạt nhục đậu khấu; (vè) (chia)
- 3 chén nấm thái lát; (chia) (thái lát mỏng)
- 1 lá nguyệt quế
- ¼ chén cần tây xắt nhỏ
- 4 tép nguyên
- 1 chén cơm hoang nấu nóng; (làm theo hướng dẫn gói)
- 1 muỗng canh rau mùi tây xắt nhỏ
- ¼ cốc rượu trắng khô
- Muối và tiêu; nếm thử

Hướng

a) Đun chảy 4 thìa bơ trong chảo lớn trên lửa nhỏ. Thêm bột mì và nấu trong 3 phút, khuấy liên tục. Từ từ khuấy sữa nóng và 1 cốc nước dùng. Nấu nước sốt trên lửa nhỏ, khuấy liên tục bằng thìa gỗ cho đến khi mịn, khoảng 15 phút. Trong một cái chảo khác, đun chảy 1 thìa bơ còn lại. Thêm $\frac{1}{4}$ chén hành tây, ớt bột và $\frac{1}{8}$ muỗng cà phê hạt nhục đậu khấu và nấu trong 2 phút. Thêm vào hỗn hợp đầu tiên và khuấy đều.

b) Trong cùng một chảo, Xào 2 chén nấm thái lát trong 2 thìa bơ còn lại. Thêm lá nguyệt quế, $\frac{1}{4}$ cốc hành tây thái lát còn lại, cần tây cắt nhỏ, đinh hương và 1 cốc nước dùng còn lại. Đậy nắp và nấu trên lửa vừa trong 10 phút.

c) Trộn hỗn hợp trong máy xay hoặc máy chế biến thực phẩm cho đến khi mịn, khoảng 1 phút.

d) Lọc cả hỗn hợp nấm/cần tây qua rây mịn và hỗn hợp bột/sữa qua rây. Bỏ đi những miếng rau củ.

e) Cho cả hai hỗn hợp vào một cái chảo lớn và kết hợp. Nấu trong 5 phút trên lửa nhỏ, khuấy đều cho đến khi hỗn hợp mịn.

f) Khuấy cơm, còn lại 1 chén nấm thái lát, mùi tây và rượu. Thêm muối và hạt tiêu, nếu muốn. Loại bỏ lá nguyệt quế, rắc hạt nhục đậu khấu dành riêng nếu muốn và phục vụ. Làm từ 6 đến 7 phần ăn.

34. Súp gà , nấm & viên matzo

Năng suất: 1 phần ăn

Thành phần

- 1 muỗng canh dầu thực vật
- 1 con gà nặng 3 pound; cắt thành miếng
- 2 củ hành lớn; cắt thành miếng 1 inch
- 12 cốc) nước
- 3 cọng cần tây; cắt thành miếng 1 inch
- 3 nhánh mùi tây tươi
- 2 lá nguyệt quế
- 1 ounce nấm hương khô
- 2 cốc nước nóng
- ⅓ chén mỡ gà; (đặt trước từ kho hoặc mua)
- 4 quả trứng lớn
- 2 thìa hẹ tươi cắt nhỏ
- 1½ thìa tarragon tươi băm nhỏ hoặc 1 1/2 thìa cà phê khô; vỡ vụn
- 1½ muỗng cà phê muối

- ¼ thìa cà phê Tiêu
- 1 chén matzo không muối
- 3½ lít nước; (14 cốc)
- 1 muỗng cà phê tarragon tươi băm nhỏ hoặc 1/4 muỗng cà phê khô vụn
- Hẹ tươi băm nhỏ
- 8 phần ăn

Hướng

a) Đối với Súp: Đun nóng dầu trong nồi lớn nặng trên lửa vừa cao. Thêm thịt gà và hành tây vào nấu cho đến khi có màu nâu, khuấy thường xuyên, khoảng 15 phút. Thêm 12 cốc nước, cần tây, rau mùi tây và lá nguyệt quế. Đun sôi, hớt mặt. Giảm nhiệt và đun nhỏ lửa cho đến khi còn 8 cốc, khoảng 5 giờ. Lọc vào một cái bát. Đậy nắp và để lạnh cho đến khi chất béo đông lại ở trên.

b) Súp loại bỏ chất béo và dự trữ chất béo cho quả bóng matzo.

c) Đối với quả bóng Matzo: Đặt nấm hương vào một cái bát nhỏ. Đổ 2 cốc nước nóng lên trên. Hãy ngâm cho đến khi mềm, khoảng 30 phút.

d) Đun chảy ⅓ chén mỡ gà để nguội. Kết hợp mỡ gà tan chảy, ¼ chén nước ngâm nấm hương (dự trữ), trứng, 2 thìa hẹ, 1½ thìa tarragon, 1½ thìa cà phê muối và ¼ thìa cà phê tiêu vào tô vừa và đánh đều. Trộn trong bột matzo. Đậy nắp và để lạnh trong 3 giờ. (Có thể chuẩn bị trước 1 ngày. Ngâm nấm vào nước ngâm và để trong tủ lạnh.)

e) Đo 3 ½ lít nước vào một cái nồi lớn. Muối một cách hào phóng và đun sôi. Với bàn tay ẩm, vo hỗn hợp bột matzo lạnh thành những quả bóng 1 inch và thêm vào nước sôi. Đậy nắp và đun sôi cho đến khi quả matzo chín và mềm, khoảng 40 phút. (Để kiểm tra độ chín, hãy lấy 1 viên matzo ra và cắt mở.) Dùng thìa có rãnh chuyển các viên matzo ra đĩa.

f) Xả nấm, dự trữ chất lỏng. Cắt mỏng nấm, bỏ cuống. Cho nước ngâm nấm còn lại, nấm, súp gà và 1 thìa cà phê ngải giấm tươi vào nồi lớn nặng rồi đun nhỏ lửa.

g) Nêm muối và tiêu cho vừa ăn. Thêm bóng matzo và đun nhỏ lửa cho đến khi nóng. múc súp ra bát. Trang trí với hẹ và phục vụ.

35. Bánh mì trộn nấm

Làm 2

Thành phần

- 100g nấm hương
- 50g nấm kim châm
- 50g nấm sò
- 2 muỗng canh dầu mè
- 1 muỗng canh sả, xắt nhỏ
- 1 muỗng cà phê ớt đỏ, xắt nhỏ
- ½ muỗng cà phê muối
- 1 thìa cà phê nước tương
- 2 bánh mì baguette
- 1 muỗng canh bơ đậu phộng
- 8 lát dưa chuột
- 6 nhánh rau mùi, xắt nhỏ
- 1 muỗng cà phê hạt vừng, nướng

Hướng

a) Cắt nhỏ nấm hương và nấm sò sau đó cắt bỏ rễ nấm kim châm.

b) Trong chảo hoặc chảo, đun nóng dầu ở lửa vừa cao, cho sả và ớt vào đảo đều trong vài phút cho đến khi sả hơi nâu và có mùi thơm. Thêm tất cả các loại nấm vào và khuấy đều, sau đó rắc muối. Thêm nước tương và điều chỉnh theo khẩu vị.

c) Để gói bánh mì, hãy tách bánh mì baguette theo chiều dọc và loại bỏ một ít phần nhân bột bên trong bánh mì. Đóng nắp lại, nướng nhẹ bánh mì dưới vỉ nướng hoặc trong lò nướng để bên trong ấm và bên ngoài giòn.

d) Phết bơ đậu phộng lên bánh mì, sau đó phết đều nấm lên bánh mì baguette. Xếp các lát dưa chuột lên trên, sau đó cắt nhỏ rau mùi và rải lên trên. Rắc mè lên, sau đó dùng dao nhỏ nhẹ nhàng đẩy toàn bộ nguyên liệu ra khỏi mép, đậy lại rồi ăn.

36. Nấm hương nhồi

Máy chủ 4

Thành phần

- 12 nấm hương cỡ vừa, rửa sạch, bỏ cuống
- Bột mì thường, để phủ bụi
- 300g thịt gà băm
- 150g tôm băm
- 3 củ hành lá, thái nhỏ
- 1 thìa cà phê củ gừng, thái nhỏ
- 1 muỗng canh rượu sake (rượu gạo)
- 1 muỗng canh nước tương
- Dầu ô liu, để chiên
- Muối

cho nước sốt

- 4 muỗng canh nước tương
- 2 thìa canh mirin (rượu gạo có đường)
- 1 muỗng canh đường bột
- 1 muỗng canh rượu sake

Hướng:

a) Phủ bột mì lên phần bên trong của nấm hương. Trộn thịt gà, tôm, hành lá, gừng, rượu sake, nước tương và một chút muối rồi dùng để lấp đầy khoang của từng cây nấm.

b) Chiên nhẹ nhàng trong 5 phút mỗi mặt trong một ít dầu ô liu, đậy nắp. Khám phá và thêm các thành phần cho nước sốt. Để chúng nóng lên và bay hơi một chút.

c) Phục vụ ba người mỗi người, với một ít nước sốt trên mỗi người.

NẤM ENOKI

37. Nấm kim châm xào

Phục vụ: 2

Thành phần

- 2x bún yến
- 2 thìa cà phê mirin
- 1 muỗng canh dầu mè
- 1 củ cà rốt lớn, gọt vỏ thành dải mỏng
- 1 quả ớt chuông đỏ, thái nhỏ
- 1x lon (7oz) măng
- 1 quả ớt đỏ, thái lát mỏng và bỏ hạt
- 6 củ hành xanh, thái nhỏ
- 2 tép tỏi, băm nhỏ
- 1 miếng gừng nhỏ, gọt vỏ và xay nhuyễn
- 2 muỗng canh giấm gạo
- 1 muỗng canh đường
- 1 thìa cà phê ớt bột
- 2 muỗng canh nước tương
- 1 bó nấm kim châm
- 2 quả trứng lớn
- 2 thìa cà phê hạt vừng

Hướng

a) Cho cà rốt gọt vỏ vào tô và phủ 1 thìa canh giấm gạo, tất cả đường và ớt bột. Dùng tay sạch chà giấm vào cà rốt. Đặt sang một bên để làm món dưa chua nhanh chóng.

b) Nấu tổ yến theo hướng dẫn trên gói, sau đó để ráo nước và để ráo nước trong một cái chao.

c) Đun nóng chảo (hoặc chảo rán nếu bạn không có) trên lửa vừa cao và thêm dầu mè vào. Xoay chảo xung quanh để phủ đáy và các mặt. Khi nóng, thêm ớt chuông, măng và cà rốt ngâm. Nấu rau trong khoảng 4 phút, khuấy liên tục cho đến khi rau mềm.

d) Thêm nấm kim châm, tỏi và gừng vào nấu thêm một phút nữa cho đến khi tỏi có mùi thơm. Thêm mì vào, sau đó đổ phần giấm gạo còn lại và toàn bộ nước tương vào. Giảm nhiệt xuống thấp và quăng.

e) Trong khi đó, đun nóng một chút dầu ăn nhẹ trong chảo chống dính lớn rồi chiên hai quả trứng. Khi đã hoàn thành với kết cấu mong muốn của bạn, hãy chia món mì xào vào các bát và phủ một quả trứng lên trên mỗi bát.

f) Rắc hành lá thái lát và hạt vừng lên trên rồi thưởng thức. Nếu muốn, bạn cũng có thể thêm một ít nước cốt chanh.

38. Nấm kim châm xào

Máy chủ 4

Thành phần

- 8oz nấm kim châm
- 2 muỗng canh dầu mè
- 1 muỗng canh nước tương
- 2 tép tỏi, băm nhuyễn
- 4 củ hành lá, bỏ phần trắng, phần ngọn thái mỏng

Hướng

a) Loại bỏ phần dưới của thân cây enoki. Rửa sạch chúng và lau khô bằng giấy ăn.
b) Đun nóng dầu mè trên lửa vừa cao trong chảo hoặc chảo xào. Thêm nấm vào khi dầu rất nóng và xào trong khoảng 1-2 phút. Tiếp tục tung chúng lên không trung sau mỗi 10-20 giây để lật và chín tất cả các mặt.
c) Giảm nhiệt, thêm tỏi và nấu thêm 30 giây nữa.
d) Thêm nước tương và nhấc chảo ra khỏi bếp. Ăn ngay và rắc hành lá thái lát lên trên.

39. Súp nấm kim châm

Phục vụ: 2

Thành phần

- ½ pound. nấm kim châm bỏ rễ
- 3 tép tỏi, băm nhỏ
- 2 muỗng canh sốt cà chua
- 2 muỗng canh miso
- 1 quả ớt Thái, thái lát mỏng
- 1 muỗng canh dầu mè
- ½ chén nước luộc rau
- Một bó rau mùi tươi, xắt nhỏ

Hướng

a) Đầu tiên, đun nóng dầu mè trong nồi trên lửa vừa cao. Cho tỏi băm vào xào nhẹ cho đến khi có mùi thơm; hãy cẩn thận đừng đốt nó.

b) Khuấy sốt cà chua cho đến khi dầu ở phía dưới bắt đầu chuyển sang màu đỏ. Sau đó đổ nước luộc rau củ vào. Thêm tương miso đỏ vào và khuấy đều.

c) Rắc nấm enoki vào và nấu trong 1-2 phút cho đến khi mềm.

d) Dùng muôi chia súp ra từng bát. Rắc ngò và vài miếng ớt lên trên. Tùy ý, thêm một giọt dầu mè nữa.

40.   Masala nấm Enoki

Máy chủ 4

Thành phần

- 1lb nấm kim châm (khoảng 4 chùm)
- 1 quả ớt chuông xanh, thái hạt lựu
- 1 củ hành lớn, thái hạt lựu
- 4 tép tỏi, băm nhỏ
- Miếng gừng 1 inch, nạo
- 1 quả ớt, thái lát mỏng
- 1 lon cà chua cắt nhỏ
- 1 thìa cà phê đường
- 1 muỗng canh bơ hoặc ghee
- Rau mùi tươi, xắt nhỏ

Đối với bột cà ri

- 1 thìa cà phê hạt thì là
- 1 muỗng cà phê hạt rau mùi
- 3 quả bạch đậu khấu
- thanh quế 1 inch
- $\frac{1}{2}$ muỗng cà phê hạt tiêu đen
- 1 thìa cà phê bột ớt xay
- 1 thìa cà phê bột nghệ

Hướng

a) Để làm bột cà ri, hãy thêm hạt thì là, hạt rau mùi, vỏ bạch đậu khấu, thanh quế và hạt tiêu vào chảo rán khô trên lửa vừa thấp. Nướng nhẹ cho đến khi có mùi thơm nhưng đừng để cháy, nếu không chúng sẽ bị đắng. Khi có mùi thơm, cho vào máy chế biến thực phẩm hoặc chày và cối rồi nghiền/chiên thành bột mịn. Sau đó cho ớt và nghệ vào trộn đều.

b) Chuẩn bị gạo bạn đang sử dụng theo hướng dẫn trên bao bì.

c) Đun nóng chảo đáy phẳng trên lửa vừa, thêm bơ hoặc ghee. Khi tan chảy, thêm hành tây thái hạt lựu. Nấu cho đến khi mềm và có mùi thơm, tốt nhất nên thêm một chút muối. Sau đó, thêm tỏi, gừng và ớt chuông vào xào thêm một phút nữa.

d) Đổ bột gia vị vào và chiên thêm một phút nữa. Thêm một chút nước nếu nó dính vào đáy.

e) Thêm lon cà chua cắt nhỏ, sau đó đổ đầy nước vào nửa lon rồi cho vào chảo. Khuấy đường và nấm, sau đó đun sôi, giảm lửa nhỏ và nấu trong ba mươi phút hoặc cho đến khi nước sốt đặc lại.

f) Dọn lên cơm, rắc rau mùi tươi lên trên cà ri.

41. Nấm Enoki Đậu Phụ

Phục vụ: 3

Thành phần

- Đậu hủ cứng 17oz (500g), ép
- 5 oz. nấm kim châm
- 2 hành lá, thái lát, tách riêng phần trắng và xanh
- $\frac{1}{4}$ chén nước tương
- 1 thìa canh mirin
- 2 muỗng canh giấm gạo
- 2 muỗng canh dầu mè
- 1 $\frac{1}{2}$ muỗng canh gochujang
- 2 tép tỏi, băm nhỏ
- 1 muỗng canh đường
- 1 $\frac{1}{2}$ chén cơm đã nấu chín
- 1 muỗng canh hạt vừng

Hướng

a) Trong một cái bát, trộn phần trắng của hành lá cùng với nước tương, mirin, dầu mè, giấm gạo, gochujang, tỏi và đường. Đổ thêm ½ cốc nước vào và khuấy đều cho đến khi bột gochujang tan hết.

b) Cắt đậu phụ thành miếng dày ½ inch. Hình vuông hoặc hình chữ nhật đều hoạt động.

c) Đun nóng một chiếc chảo chống dính có đáy nặng, có thành sâu lòng trên lửa vừa và phủ dầu thực vật lên đáy. Khi nóng, thêm đậu phụ. Chiên các miếng đậu phụ khoảng 5 phút mỗi mặt cho đến khi có màu vàng nâu. Bạn có thể cần phải làm việc theo đợt.

d) Thêm nấm enoki vào chảo. Giữ nhiệt ở mức trung bình cao và đổ nước sốt vào. Khi nó sôi, giảm nhiệt.

e) Dùng thìa múc nước sốt liên tục lên trên đậu phụ. Nấu thêm 5 phút nữa cho nấm thấm nước sốt và cho đến khi nấm chín.

f) Xếp lên trên cơm và rắc phần xanh của hành tây và hạt vừng lên trên. Để thêm hấp dẫn, hãy thêm một ít kim chi tự làm.

42. Súp Enoki

Năng suất: 4 phần ăn

Nguyên liệu

- 4 cốc nước dùng thịt bò ít natri
- 1 củ cà rốt nhỏ, thái lát mỏng
- 1 cọng cần tây bên trong,
- Băm nhỏ
- ½ lá Bay nhỏ
- 1 muỗng cà phê bạc hà khô
- 1 thìa đường
- 2 cốc rượu vang đỏ
- 1 lít dâu tây rất chín
- có vỏ
- 16 nấm kim châm, cắt tỉa và rửa sạch

Hướng:

a) Trong một cái chảo, kết hợp bảy thành phần đầu tiên. Đun sôi, sau đó đun nhỏ lửa đậy nắp một phần trong 20 phút. Làm nguội và lọc nước dùng, loại bỏ rau. Trong máy xay thực phẩm, kết hợp dâu tây và một cốc nước kho. Nghiền nhuyễn.

b) Trộn nhuyễn với nước còn lại. Thư giãn hai giờ. Thả nổi bốn cây nấm vào mỗi bát.

43. Súp cá nấm kim châm

Năng suất: 10 phần ăn

Nguyên liệu

- 4 pound Đầu và xương cá trắng
- Chẳng hạn như đế; cá bơn, cá hồng hoặc cá vược
- 1 củ hành vừa; cắt thành khối
- ½ đầu thì là; cắt thành khối
- 2 củ cà rốt; cắt thành khối
- 2 cọng cần tây; cắt thành khối
- 2 muỗng canh bơ không muối
- 10 cọng sả tươi
- 1 cốc rượu sake
- 1 miếng gừng - (1"); gọt vỏ, thái lát
- Mỏng
- 5 nhánh rau mùi tây lá phẳng
- 5 nhánh ngò tươi
- Thêm lá ngò; Đối với Trang trí

- 10 hạt tiêu đen nguyên hạt
- 1¾ pound chân cua hoàng đế; vỏ được loại bỏ,
- Cắt thành miếng 1/2"
- 7 ounce nấm kim châm;
- Bao gồm mũ
- Muối; nếm thử

Hướng:

a) Cho hành tây, thì là, cà rốt và cần tây vào máy xay thực phẩm; xung cho đến khi mịn vừa. Trên lửa vừa, làm tan chảy bơ trong nồi kho 12 lít. Thêm rau đã chế biến vào và nấu, thỉnh thoảng khuấy cho đến khi mềm, từ 8 đến 10 phút.

b) Cắt đôi 6 cọng sả theo chiều dọc; để qua một bên. Loại bỏ lớp vỏ cứng bên ngoài của 4 thân còn lại; cắt thành những lát rất mỏng theo chiều ngang và đặt sang một bên. Cho đầu và xương cá vào kho; tăng nhiệt lên mức trung bình cao.

c) Nấu, thỉnh thoảng khuấy trong 3 đến 5 phút. Thêm rượu sake, gừng, cọng sả dành riêng, rau mùi tây, ngò, hạt tiêu và 2,5 lít nước.

d) Giảm nhiệt xuống thấp, hớt hết bọt nổi lên trên bề mặt và đun nhỏ lửa trong 25 phút.

e) Hủy bỏ nhiệt; hãy ngồi trong 10 phút. Đổ qua lưới lọc có lót hai lớp vải ẩm; loại bỏ chất rắn. Giảm béo. Thêm thịt cua, lát sả để riêng và nấm; Mùa muối.

f) Cho súp trở lại lửa vừa và đun nhỏ lửa trong 10 phút. Đổ súp vào 12 chiếc bình rất nhỏ, chẳng hạn như cốc đựng rượu sake. Trang trí mỗi món bằng một lá ngò và thưởng thức. Đổ đầy lại khi cần thiết. Phục vụ từ 10 đến 12.

NẤM HÀU

44. Sò nấm nhúng

Thành phần

- 1 pound nấm sò tươi, thái nhỏ bằng tay
- 2 thìa bơ
- 1/2 thìa cà phê hành đỏ băm nhuyễn
- nước sốt nóng của dash Crystal
- tiêu đen xay thô
- 1/4 muỗng cà phê hạt nhục đậu khấu
- 1/4 cốc kem chua
- Phô mai kem 3 ounce, mềm
- 1 thìa nước cốt chanh
- 2 thìa sữa

Hướng:

a) Xào nấm trong bơ trong một phút.
b) Thêm hành tây, nước sốt nóng, hạt tiêu và hạt nhục đậu khấu.
c) Dùng nĩa nghiền phô mai kem vào tô; khuấy kem chua, nước cốt chanh và sữa.
d) Thêm hỗn hợp nấm; trộn đều.
e) Ăn kèm với khoai tây chiên, bánh quy giòn hoặc rau củ.
f) Làm được 1 cốc.

45. Salad Arugula & Nấm Sò

Phục vụ 4 – 6

Thành phần :

- 3 muỗng canh dầu ô liu nguyên chất
- 1/2 pound nấm sò, thái lát dày
- Muối và hạt tiêu mới xay
- 2 muỗng canh giấm balsamic
- 1/2 thìa cà phê vỏ chanh bào mịn
- 2 sườn cần tây bên trong, cắt thành que diêm, cộng với lá cần tây thái sợi để trang trí
- 5 cốc rau arugula bé
- 3 ounce Pecorino Romano hoặc phô mai sắc nét khác, cạo bằng dụng cụ gọt rau
- 3 ounce prosciutto di Parma thái lát mỏng

Hướng:

a) Trong một chảo chống dính lớn, đun nóng 1 thìa dầu ô liu. Thêm nấm và nêm muối và hạt tiêu.

b) Nấu trên lửa cao vừa phải, thỉnh thoảng khuấy đều cho đến khi mềm và có màu nâu nhạt, khoảng 6 phút. Chuyển nấm vào tô và để nguội.

c) Trong một tô lớn, trộn giấm với vỏ chanh và 2 thìa dầu ô liu còn lại. Nêm với muối và hạt tiêu. Thêm que diêm cần tây, rau arugula và nấm vào rồi đảo nhẹ.

d) Chuyển món salad sang đĩa hoặc tô lớn, phủ Pecorino Romano, lá prosciutto và cần tây lên trên. Phục vụ ngay.

46. Pasta với nấm và Gremolata

Thành phần

- 2 tép tỏi to, băm nhuyễn
- 1/2 chén mùi tây lá phẳng thái nhỏ
- 1 muỗng canh vỏ chanh thái nhỏ
- 2 muỗng canh dầu ô liu nguyên chất
- 1 pound nấm sò tươi, cắt nhỏ
- Muối để nếm
- 2 muỗng canh rượu trắng khô
- Hạt tiêu vừa mới nghiền
- 12 ounce fettuccini hoặc farfalle
- 1/4 đến 1/2 cốc nước nấu mì ống, tùy theo khẩu vị
- 1/4 đến 1/2 cốc Parmesan mới xay

Hướng:

a) Để làm món Gremolata, hãy cho tỏi băm, rau mùi tây và vỏ chanh vào một khối rồi cắt nhỏ chúng lại với nhau. Để qua một bên.

b) Bắt đầu đun một nồi nước lớn để luộc mì. Trong khi đó, đun nóng một cái chảo lớn, nặng hoặc chảo trên lửa vừa cao. Thêm 1 muỗng canh dầu ô liu, khi dầu nóng thì cho nấm vào.

c) Xào nấm, dùng thìa gỗ khuấy hoặc cho vào chảo cho đến khi nấm có màu nâu nhạt và bắt đầu đổ mồ hôi. Thêm muối và rượu trắng vào rồi tiếp tục nấu, khuấy hoặc đảo nấm vào chảo, cho đến khi rượu vừa bay hơi và nấm chín, khoảng 5 phút.

d) Thêm muỗng canh dầu còn lại, Gremolata và hạt tiêu. Nấu, khuấy đều cho đến khi có mùi thơm, khoảng 1 phút nữa. Nếm thử và điều chỉnh muối. Giữ ấm hỗn hợp trong khi nấu mì ống.

e) Khi nước sôi, thêm muối vào và cho mì ống vào. Nấu al dente, làm theo hướng dẫn về thời gian trên bao bì. Trước khi để ráo nước, loại bỏ 1/2 cốc nước nấu mì ống. Thêm 1/4 cốc vào nấm và khuấy đều.

f) Xả mì ống và trộn nấm vào tô mì ống lớn hoặc trong chảo. Nếu thấy khô, hãy thêm 2 đến 4 muỗng canh nước nấu dành riêng. Ăn kèm phô mai Parmesan nếu muốn.

47. Hỗn hợp bông cải xanh-nấm

Năng suất: 6 phần ăn

Thành phần

- 1-1/2 pound bông cải xanh tươi, cắt thành bông hoa
- 1 thìa nước cốt chanh
- 1 muỗng cà phê muối, tùy chọn
- 1 thìa cà phê đường
- 1 thìa cà phê bột bắp
- 1/4 muỗng cà phê hạt nhục đậu khấu
- 1 pound nấm sò tươi, thái nhỏ bằng tay
- 1 củ hành vừa, cắt thành từng khoanh
- 1 đến 2 tép tỏi, băm nhỏ
- 3 muỗng canh dầu ô liu

Hướng:

a) Hấp bông cải xanh trong 1-2 phút hoặc cho đến khi mềm giòn.

b) Rửa sạch trong nước lạnh và đặt sang một bên.

c) Trong một cái bát, trộn nước cốt chanh, muối nếu muốn, đường, bột ngô và hạt nhục đậu khấu; để qua một bên.

d) Trong chảo lớn hoặc chảo trên lửa cao, xào nấm, hành tây và tỏi trong dầu trong 3 phút. Thêm hỗn hợp bông cải xanh và nước cốt chanh; xào trong 1-2 phút. Phục vụ ngay lập tức.

48. Ganganelli xanh với nấm sò

Năng suất: 1 phần ăn

Thành phần:

- Pasta xanh tươi, được cán mỏng nhất, trên máy
- 4 muỗng canh dầu ô liu nguyên chất
- 1 củ hành đỏ vừa, xúc xắc 1/8"
- 3 muỗng canh lá hương thảo tươi, xắt nhỏ
- 1 pound nấm sò tươi, cắt thành miếng 1/2"
- ½ chén rượu trắng
- ½ chén nước sốt cà chua cơ bản

Hướng:

a) Đun sôi 6 lít nước và thêm 2 thìa muối.

b) Cắt mì ống thành các hình vuông có cạnh 2 inch rồi quấn chúng quanh bút chì để tạo thành những đầu bút lông nhọn. Để qua một bên.

c) Trong chảo Sauté 12 đến 14 inch, đun nóng dầu cho đến khi bốc khói. Thêm hành tây và lá hương thảo vào nấu cho đến khi mềm và có mùi thơm, khoảng 6 đến 7 phút.

d) Thêm nấm và nấu cho đến khi héo, từ 3 đến 4 phút. Thêm rượu vang trắng và nước sốt cà chua vào đun sôi. Giảm nhiệt và đun nhỏ lửa trong 5 đến 6 phút.

e) Trong khi đó, thả mì vào nước và nấu cho đến khi mềm, từ 8 đến 11 phút. Xả mì ống và thêm vào chảo với nấm. Quăng để phủ và phục vụ ngay lập tức.

49. Nấm sò hấp thảo mộc

Năng suất: 4 phần ăn

Thành phần:

- 1 pound nấm sò
- ¼ chén dầu ô liu
- 1 muối; nếm thử
- 1 hạt tiêu đen mới xay; nếm thử
- 5 nhánh húng tây
- 5 nhánh hương thảo
- 5 nhánh xô thơm
- 5 nhánh mùi tây
- 10 tép tỏi nguyên củ
- 2 cốc rượu trắng
- 4 lá radicchio để làm cốc
- Dấm thảo mộc

Hướng:

a) Trong một cái bát trộn nấm với dầu, muối và hạt tiêu.

b) Dùng mặt sau của con dao, nhẹ nhàng đập nát các loại thảo mộc và đặt chúng vào đáy chảo sâu lòng. Dùng mặt phẳng của dao đập tỏi, đặt xung quanh các loại thảo mộc. Đổ rượu lên các loại thảo mộc và tỏi. Đặt một chảo hấp vào chảo Sauté sâu lòng.

c) Đổ một lớp nấm đều vào đáy nồi hấp.

d) Đậy kín toàn bộ chảo bằng giấy bạc. Đặt trên lửa vừa và hấp trong 10 phút. Đặt cốc radicchio vào đĩa phục vụ.

e) Cẩn thận loại bỏ nấm và đặt vào cốc radicchio. Rưới Herb Vinaigrette lên và thưởng thức.

50.   Mỳ Ý sốt nấm sò

Năng suất: 4 phần ăn

Thành phần:

- 2 chén nấm sò; (khoảng 1/4 lb.)
- 1 muỗng canh dầu ô liu
- 1 tép tỏi; băm nhỏ
- ½ thìa muối
- 1 chút hạt nhục đậu khấu mới xay
- ½ chén nước luộc rau
- ½ chén nước sốt cà chua
- ½ cốc sữa ít béo
- 2 muỗng canh mùi tây tươi băm nhỏ
- ¾ pound mì ống
- ¼ cốc phô mai Parmesan mới bào; (không bắt buộc)

Hướng:

a) Bạn có thể sử dụng nấm nút thông thường hoặc loại khác, tùy theo tinh thần phiêu lưu của bạn. Tuy nhiên, nấm sò lại mang lại hương vị rất đặc biệt.

b) Xúc xắc nấm. Đun nóng dầu trong chảo lớn, không dính trên lửa vừa cao. Thêm nấm vào và nấu, thỉnh thoảng khuấy đều từ 4 đến 5 phút. Thêm tỏi, muối và hạt nhục đậu khấu vào nấu, khuấy đều trong 1 phút.

c) Thêm nước dùng, nước sốt cà chua và sữa rồi đun sôi. Giảm nhiệt, đậy nắp và đun nhỏ lửa trong 10 phút hoặc cho đến khi nấm mềm. Khuấy mùi tây và loại bỏ nhiệt.

d) Trong khi nấu nấm, hãy đun sôi một nồi nước lớn. Nấu mì cho đến khi chín mềm, khoảng 9 đến 11 phút. Làm khô hạn.

e) Đặt mì ống vào tô đã hâm nóng và rưới sốt nấm lên trên. Thêm Parmesan bào, nếu muốn.

f) Nấm sò có hương vị, màu sắc và kết cấu gợi nhớ đến hải sản.

g) Khi thái hạt lựu, những loại nấm này tạo ra nước sốt trông giống như nước sốt ngao. Đôi khi những người mới bắt đầu nấu ăn chay lại thích ăn những món ăn trông quen thuộc.

51. Súp nấm sò

Năng suất: 6 phần ăn

Thành phần:

- 1 lít Hàu
- 1 cốc rượu hàu
- 3 thìa bơ
- 1 thìa bột mì
- 1 cốc sữa
- ½ cốc kem
- 2 muỗng canh hẹ, băm nhỏ
- Muối và tiêu
- ½ pound nấm
- 2 thìa cà phê mùi tây, băm nhỏ

Hướng:

a) Đun hàu trong rượu ở lửa nhỏ cho đến khi các cạnh cong lại. Thoát nước, tiết kiệm rượu.

b) Đun chảy 1 thìa bơ, trộn bột mì, thêm sữa vào dần dần, khuấy liên tục. Đun sôi và nấu trong 1 phút.

c) Thêm kem, hẹ tây, rau mùi tây, muối và hạt tiêu. Đun nóng nấm trong bơ còn lại cho đến khi nóng nhưng không có màu nâu.

d) Kết hợp nấm, hàu và rượu hàu với sốt kem. Phục vụ ngay lập tức.

52. Nấm sò với linguini

Năng suất: 1 khẩu phần

Thành phần:

- 1 củ hành tây nhỏ; thái hạt lựu
- 1 tép tỏi; băm nhỏ
- 50 gram tên lửa tươi
- 200 gram nấm sò
- 100 ml Nước luộc rau - nồng độ gấp đôi
- 2 ly rượu vang trắng
- Dầu ô liu
- 100 gram nấm; thái hạt lựu
- 100 gram mì ống Linguini
- 2 thìa rượu mạnh
- Muối và tiêu đen xay
- 1 50 ml đậu nành

Hướng:

a) Để làm nước sốt rượu vang trắng, hãy xào hành tây trong dầu ô liu. Thêm tỏi và sau 1 phút thêm nấm cắt nhỏ. Nấu trong 4 phút cho đến khi không còn chất lỏng được tạo ra. Thêm rượu mạnh và đặt nó xuống. Thêm nước kho và rượu vào rồi giảm bớt.

b) Trong một chảo khác, Xào nấm sò trong dầu ô liu trong 4 phút. Đun sôi nước muối và nấu linguini. Trong phút cuối cùng của quá trình nấu, thêm lá tên lửa. Thêm Soya Dream vào nước sốt và đun nóng.

c) Xả linguini, thêm một chút dầu ô liu, xay hạt tiêu và bày ra đĩa. Trên đĩa, đặt nấm sò vào một vũng nước sốt rượu vang trắng.

53. Nấm sò ngâm ớt

Năng suất: 1 khẩu phần

Thành phần:

- 6 tép tỏi
- 300 ml dầu ô liu nguyên chất Nam Úc
- 4 khay nấm sò
- 2 quả ớt cay nhỏ; cắt nhỏ rất mịn
- 4 quả ớt đỏ ngọt lớn; gieo hạt và mịn
- ½ muỗng cà phê muối biển
- ½ thìa cà phê tiêu đen xay thô
- 300ml giấm balsamic
- Xào tỏi với một ít dầu ô liu cho đến khi vàng.

Hướng:

a) Lấy nó ra khỏi chảo và để ráo nước trên khăn giấy.

b) Thêm lượng dầu còn lại và vặn lửa lên mức cao nhất. Khi trời thật nóng, cho tất cả nấm vào nấu, đảo nhẹ nhàng nhưng liên tục cho đến khi nấm có màu vàng nâu.

c) Thêm ớt xắt nhỏ và ớt thái sợi, muối và tiêu, nấu thêm một phút nữa, sau đó để yên vì đôi khi lửa sẽ cho giấm vào.

d) Khuấy đều và tắt bếp, cho tỏi vào khuấy đều.

54.   Nấm sò xào

Năng suất: 4 phần ăn

Thành phần:

- 8 ounce nấm sò tươi
- 1 muỗng canh tỏi, băm nhỏ
- 2 muỗng cà phê dầu ô liu
- 1 muỗng cà phê hương thảo, băm nhỏ
- 1 muỗng cà phê bơ thực vật, tùy chọn
- 2 thìa cà phê bột mì đa dụng
- 1 thìa cà phê rượu Sherry
- 1 muỗng canh Tamari

Hướng:

a) Nhẹ nhàng rửa sạch và lau khô nấm. Cắt theo kích thước đồng đều và đặt sang một bên.

b) Xào tỏi trong dầu trên lửa vừa trong 15 đến 20 giây. Thêm nấm & xào trong 3 phút.

c) Thêm hương thảo & bơ thực vật vào nấu cho đến khi bơ thực vật tan chảy, khoảng 30 giây. Rắc bột mì vào nấu, khuấy liên tục.

d) Thêm các thành phần còn lại và khuấy cho đến khi chất lỏng hơi đặc lại và nấm mềm. Khoảng 4 phút.

55. Sò điệp biển nướng và nấm sò

Năng suất: 1 khẩu phần

Thành phần:

- ¼ cốc hành tím; thái hạt lựu
- ½ muỗng canh tỏi băm
- ¼ chén gừng băm
- ½ muỗng canh sốt tỏi Chile Thái
- 1 chén giấm balsamic
- ¾ cốc nước tương
- 1½ chén dầu ô liu
- ½ chén dầu đậu nành
- 1 pound nấm sò; bắt nguồn từ
- 1 pound rau chân vịt non
- ½ chén gừng băm
- 1 muỗng canh tỏi băm
- 2½ thìa Yuzu
- 3 ounce nước ép Yuzu

- ¼ chén nước tương
- ½ chén giấm gạo
- 2 muỗng canh giấm gạo
- 2 muỗng canh giấm rượu trắng
- ¾ chén dầu hạt nho
- 30 10 sò biển
- 6 ounce bơ ngọt

Hướng:

a) Trộn đều hẹ, tỏi, gừng, sốt tỏi ớt, giấm balsamic và nước tương với nhau trong một cái bát. Thêm dầu ô liu từ từ nhưng không nhũ hóa.

b) Salad rau chân vịt và nấm hàu: Đun nóng chảo nặng trên lửa cao cho đến khi bốc khói.

c) Thêm dầu đậu nành trước rồi đến nấm sò ngay sau đó, xào khoảng 2 phút hoặc cho đến khi có màu vàng nâu.

d) Lấy nấm ra khỏi chảo rồi trải thành một lớp duy nhất.

e) Rưới khoảng ½ cốc dầu giấm balsamic đậu nành lên nấm và để ướp trong 15 phút (có thể thực hiện trước 6 giờ).

f) Đặt sang một bên và quăng sau cùng với rau bina non và dầu giấm bổ sung.

g) SỐT ỚT CITRUS: Cho gừng, tỏi, yuzu kosho, yuzu, đậu nành, giấm gạo và giấm rượu vang trắng vào máy xay sinh tố rồi bật tốc độ trung bình rồi rưới từ từ dầu hạt nho vào. Dầu giấm nên được nhũ hóa.

h) Đun nóng chảo nặng trên lửa cao.

i) Nêm sò điệp với muối và hạt tiêu lên cả hai mặt rồi phết bơ mềm.

j) Đặt sò điệp vào chảo nóng và áp chảo cho đến khi vàng nâu cả hai mặt, khoảng $1\frac{1}{2}$ đến 2 phút mỗi mặt), độ tái vừa là khẩu phần bạn mong muốn.

k) Cho rau bina non, nấm và dầu giấm đậu nành vào, cuối cùng điều chỉnh gia vị và cho salad vào giữa đĩa.

l) Cắt sò điệp theo chiều ngang và sắp xếp xung quanh món salad.

m) Rưới một lượng Citrus Chili Vinaigrette mong muốn lên sò điệp

56. Cá hồi sốt shiki & nấm sò

Năng suất: 1 khẩu phần

Thành phần:

- 1 400 g; (14oz) cá hồi nguyên con
- 200 gram nấm sò tươi; (7oz)
- 200 gram nấm hương tươi; (7oz)
- 120 gram bơ; (4 1/4oz)
- húng tây tươi
- 3 đầu tỏi tươi
- 2 quả chanh
- Rau mùi tây lá phẳng tươi xắt nhỏ
- Muối và tiêu

Hướng:

a) Bóc vỏ một nửa củ tỏi và chần qua nước sôi hai lần, mỗi lần 3 phút. Đặt nấm và tỏi vào đĩa chịu nhiệt rồi nêm gia vị.

b) Thêm húng tây tươi và một nửa bơ lên trên. Cho vào lò nướng đã làm nóng trước ở nhiệt độ 200ºC/400ºF/mốc gas 6 trong khoảng 20 phút.

c) Trong khi nấu, hãy chuẩn bị cá hồi và rạch da rồi đặt lên một đĩa phục vụ khác có thể chịu được bằng lò nướng. Thêm bơ, húng tây, chanh và tỏi còn lại và nêm đều.

d) Cho vào lò nướng và nướng trong cùng lò với nấm. Nướng hai món trong khi nấu, lấy ra khỏi lò và thêm rau mùi tây cắt nhỏ vào nấm và thưởng thức.

57. Canh gừng nấm sò cây

Năng suất: 6 phần ăn

Thành phần:

- 6 chén nước luộc gà; ít chất béo, ít natri
- 1 muỗng cà phê dầu mè
- 1 chén nấm sò tươi; hoặc nấm hương
- 1 chén nấm trắng thái lát
- 2 tép tỏi; băm nhỏ
- 2 muỗng canh hành xanh băm
- 1 muỗng canh gừng băm
- Tiêu trắng xay tươi

Hướng:

a) Đun nóng ½ cốc nước dùng và dầu trong nồi kho trên lửa cao. Thêm cả hai loại nấm và xào trong 5 phút.

b) Thêm tỏi và xào trong 1 phút.

c) Thêm hành lá, nước dùng còn lại và gừng. Đun nhỏ lửa trong 15 phút.

d) Rắc hạt tiêu trắng xay tươi và phục vụ.

58. Súp cải xoong nấm sò

Năng suất: 1 khẩu phần

Thành phần:

- 1 củ hành vừa
- 30 gram bơ không muối
- 250 gram nấm sò
- nước kho rau củ 420 ml
- 2 bó cải xoong
- 2 thìa Madeira
- Kem đôi 420 ml
- Muối và tiêu đen xay

Thành phần:

a) Gọt vỏ và thái nhỏ hành tây. Đun chảy một nửa bơ trong chảo lớn, thêm hành tây và xào cho đến khi mềm. Cắt nhỏ nấm. Cho một nửa củ hành vào chảo và nấu cho đến khi mềm. Đổ nước kho vào nồi và đun sôi.

b) Rửa và cắt cải xoong. Giữ lại một ít lá để trang trí. Nhúng cải xoong vào nước sôi và để khoảng 30 giây cho đến khi mềm và có màu xanh ngọc lục bảo. Lấy chảo ra khỏi bếp.

c) Nghiền nhuyễn súp ngay trong máy xay hoặc máy chế biến thực phẩm để có màu xanh tươi. Rửa chảo. Cho súp trở lại chảo, lọc qua rây.

d) Đun chảy bơ còn lại trong chảo nhỏ và xào nấm cắt nhỏ còn lại.

e) Thêm Madeira vào chảo và giảm chất lỏng bay hơi. Thêm kem và đun sôi. Giảm lại một lần nữa để kem đặc lại và hơi caramen, mang lại hương vị đậm đà.

f) Khuấy kem caramen vào cải xoong xay nhuyễn và đun nóng nhẹ. Nêm muối và tiêu cho vừa ăn. Trang trí với lá cải xoong dành riêng trước khi dùng.

THỤY SĨ

59. Bánh xèo súp lơ nấm

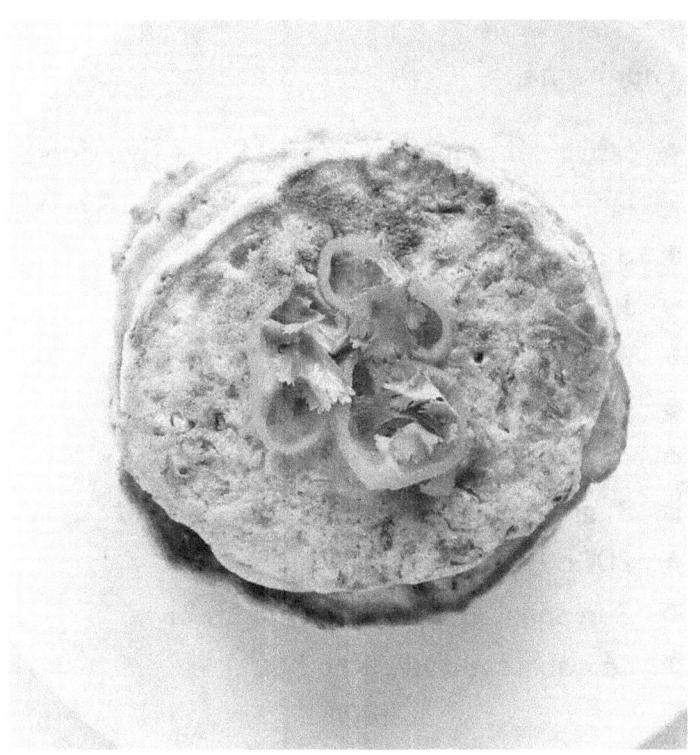

MÁY CHỦ 4

Thành phần:

- 500g gói cơm chay súp lơ Birds Eye đông lạnh
- 3 quả trứng, đánh nhẹ
- 1 cốc phô mai nghiền ngon
- 2 thìa bột mì tự nở
- ½ thìa cà phê ớt bột
- ½ muỗng cà phê lá oregano khô
- 3 muỗng canh dầu ô liu nguyên chất
- 200g nấm nâu Thụy Sĩ, thái lát
- Bữa sáng, ví dụ như sự lựa chọn
- cà chua hoặc rau bina héo.

Hướng:

a) Rã đông cơm chay Súp lơ mắt chim đông lạnh trong tủ lạnh. Sau khi rã đông, hãy vắt bớt độ ẩm dư thừa từ cơm súp lơ bằng vải mỏng hoặc qua rây mịn.

b) Trong một bát vừa, kết hợp cơm súp lơ, trứng, phô mai, bột mì, ớt bột và lá oregano. Nêm nếm vừa ăn. Tạo hỗn hợp thành từng miếng 4 x 10cm.

c) Đun nóng 1 muỗng canh dầu trong chảo chống dính trên lửa vừa cao. Nấu từng chiếc bánh một. Múc một phần tư hỗn hợp vào chảo, dùng thìa ấn xuống cho dẹt thành từng miếng dày 10cm và 1cm. Chiên khoảng 2-3 phút cả hai mặt cho đến khi vàng nâu.

d) Thêm dầu vào chảo giữa các lần nấu bánh kếp nếu cần. Lấy bánh pancake ra khỏi chảo, đặt lên giấy thấm dầu và giữ ấm.

e) Lau sạch chảo rán, đun nóng lượng dầu còn lại rồi cho nấm vào. Nấu trong 4-5 phút khuấy thường xuyên cho đến khi vàng. Ăn nấm với bánh súp lơ và các món ăn sáng tùy thích.

60. Bát cơm chay nấm

MÁY CHỦ 4

Thành phần:

- 2 muỗng canh dầu ô liu nguyên chất
- 200g nấm nâu Thụy Sĩ, cắt đôi
- 1 muỗng canh nước tương giảm muối
- 500g gói đông lạnh Birds Eye Carrot Súp lơ Bông cải xanh Cơm chay
- 1 chén lá rau bina non
- 1 quả bơ, thái lát
- 2 cốc bắp cải tím thái nhỏ Sốt vừng rang để ăn kèm

Hướng:

a) Đun nóng 1 muỗng canh dầu trong chảo chống dính trên lửa vừa cao. Thêm nấm vào và nấu, khuấy đều trong 4-5 phút hoặc cho đến khi vàng. Thêm nước tương và khuấy đều. Lấy ra khỏi chảo, đặt sang một bên và giữ ấm.

b) Thêm lượng dầu còn lại vào chảo chiên tương tự. Thêm cơm Birds Eye Veggie đông lạnh vào nấu trong 6 phút, khuấy đều.

c) Khuấy qua rau bina và tiếp tục nấu thêm 2 phút nữa.

d) Chia cơm chay đã nấu chín, nấm, bơ và bắp cải vào bát phục vụ. Rưới nước sốt lên trên và dùng ngay.

THÊM

61. Cá hồi và Morels

Thành phần:

- 3 chén morels, thái lát theo chiều dọc
- 4 phi lê cá hồi lớn (cỡ phần, 8 oz hoặc hơn)
- 3 thìa bơ
- 3 tép tỏi, băm nhỏ
- 1 cốc rượu vang trắng
- 2 thìa nước cốt chanh
- Muối và hạt tiêu cho vừa ăn

Hướng:

a) Đun chảy bơ trong chảo lớn trên lửa vừa. Thêm tỏi và nấu trong một phút. Tiếp theo, thêm morels và nấu cho đến khi chúng bắt đầu có màu nâu.

b) Đổ rượu vào và nấu cho đến khi gần như bốc hơi, khuấy thường xuyên. Chuyển nấm vào tô khi hoàn thành.

c) Chúng ta sẽ nướng cá để nấu ăn nhanh chóng và dễ dàng. Xếp mặt da phi lê úp xuống trong chảo gà thịt và rắc nước cốt chanh lên chúng. Nếu thích, bạn có thể thêm một ít bơ lên trên mỗi miếng.

d) Nướng không cần lật cho đến khi chín. Kiểm tra chúng sau 6 phút nhưng bạn có thể cần phải lâu hơn một chút.

e) Sau khi hoàn thành, lấy cá ra khỏi lò nướng và thêm muối và hạt tiêu tùy thích. Rắc đều morels lên từng miếng phi lê.

f) Phục vụ rượu vang cho bạn bè để cho họ thấy bạn là một đầu bếp tuyệt vời.

62. Súp Kem Nấm Tự Làm

Thành phần:

- 1 lb. morels tươi, xắt nhỏ
- 2 thìa bơ
- 1 cốc nước dùng
- 1 cốc kem đặc
- 1 cốc rượu vang trắng
- 2 cốc nước
- 1 củ tỏi tây, cắt nhỏ và chỉ sử dụng phần trắng
- 3 củ khoai tây
- Muối và hạt tiêu cho vừa ăn

Hướng:

a) Thêm nước vào nồi súp và đun sôi ở mức thấp. Sau khi đun sôi, cho khoai tây vào và nấu cho đến khi khá mềm. Việc này thường mất khoảng 20 đến 30 phút.

b) Đun chảy bơ trong chảo lớn trên lửa vừa. Thêm morels và tỏi tây và nấu cho đến khi morels bắt đầu có màu nâu.

c) Đổ rượu vào và nấu cho đến khi bay hơi gần như hoàn toàn. Sau đó thêm nước kho của bạn vào, khuấy thường xuyên. Tắt bếp nếu khoai tây chưa chín.

d) Khi khoai tây mềm, để nước nguội một chút trước khi cho hỗn hợp vào máy xay. Trộn cho đến khi mịn rồi cho vào nồi, thêm nước.

e) Thêm hỗn hợp morel và tỏi tây vào khoai tây và đun sôi. Nấu trong vài phút cho đến khi nó nóng lên.

f) Thêm kem, muối và hạt tiêu vào rồi khuấy đều cho đến khi súp ấm và đặc lại theo ý thích của bạn.

63. Morel mì ống

Thành phần:

- 1/2 lb. của morels
- 3 thìa bơ
- 3 tép tỏi, băm nhỏ
- 1 củ hành tây nhỏ, xắt nhỏ
- 1 cốc phô mai vụn
- 8 oz. mì trứng

Hướng:

a) Đun sôi nước và nấu mì ống đến độ mềm mong muốn. Tôi thích al dente của tôi hơn.

b) Khi mì đang nấu, làm tan bơ trong chảo trên lửa vừa. Thêm tỏi, hành tây và morels. Nấu cho đến khi nấm tiết ra gần hết chất lỏng và hơi ngả sang màu nâu.

c) Chảo sẽ đông nên khuấy thường xuyên. Nếu hỗn hợp nấm/hành tây kết thúc trước khi mì ống chín, hãy giảm lửa xuống mức thấp.

d) Đừng quên kiểm tra mì ống trong khi nấm đang nấu! Khi hoàn tất, để ráo nước và cho vào chảo cùng với các nguyên liệu khác, trộn tất cả lại với nhau.

e) Che tất cả mọi thứ với phô mai cắt nhỏ và nấu cho đến khi nó tan chảy.

64. Gà và Morels dễ dàng

Thành phần:

- 3 chén morels, thái lát theo chiều dọc
- 4 miếng ức gà không xương, không da
- 4 thìa bơ
- 1/2 chén nước dùng gà
- 1/2 cốc kem đặc
- 2 thìa nước cốt chanh
- 1/2 chén bột mì
- 3 củ hẹ, xắt nhỏ
- 3 tép tỏi, băm nhỏ
- Muối và hạt tiêu cho vừa ăn

Hướng:

a) Làm nóng lò nướng của bạn ở nhiệt độ 300 độ.

b) Đun chảy 2 thìa bơ trong chảo lớn trên lửa vừa. Khi nó tan chảy, rắc bột ức gà.

c) Cho gà vào chảo và nấu, lật lại cho đến khi vàng nhạt cả hai mặt. Việc này có thể sẽ mất từ 8 đến 10 phút.

d) Lấy gà ra khỏi chảo và đặt vào chảo hầm. Khi lò đã sẵn sàng, cho gà vào chảo và nướng cho đến khi gà chín đều.

e) Khi gà đang nấu, làm tan chảy 2 thìa bơ còn lại trong chảo trên lửa vừa. Thêm morels, hẹ tây và tỏi. Nấu trong 3 phút, khuấy thường xuyên.

f) Đổ nước luộc gà vào nấu cho đến khi nước còn một nửa.

g) Thêm kem, nước cốt chanh, muối và hạt tiêu. Nấu cho đến khi chất lỏng giảm xuống thành nước sốt có độ đặc mong muốn.

h) Tiếp tục kiểm tra gà khi morels đang nấu. Khi cả hai đã chín, bắc ra khỏi bếp và rưới nước sốt lên gà.

65. Cua nhồi Morels

Thành phần:

- 12 morels, cắt làm đôi theo chiều dọc
- 1 chén thịt cua
- 2 thìa bơ
- 1 quả trứng, đánh bông
- 2 tép tỏi, băm nhỏ
- 2 muỗng canh sốt mayonnaise nhẹ
- 2 muỗng canh vụn bánh mì khô
- Muối và hạt tiêu cho vừa ăn
- Làm nóng lò nướng của bạn ở nhiệt độ 375 độ.

Hướng:

a) Trong một tô lớn, trộn thịt cua, sốt mayonnaise, trứng đánh, tỏi, vụn bánh mì, muối và tiêu. Trộn đều các thành phần.

b) Xịt đáy đĩa nướng bằng bình xịt nấu ăn không dính. Đun chảy bơ trong chảo và phết bơ lên đáy đĩa nướng. Đặt các miếng morels dưới đáy đĩa với phần rỗng bên trong hướng lên trên.

c) Nhồi từng miếng morel vào với nhân. Cho vào lò nướng và nấu cho đến khi nấm có màu vàng nâu, khoảng 8 đến 15 phút.

d) Phục vụ ngay lập tức.

66. Trứng bác Morel

Thành phần:

- 1/2 lb. morels, thái lát theo chiều dọc
- 1/4 cốc sữa
- 3 thìa bơ
- 3 củ hành xanh, xắt nhỏ
- 1/2 tá trứng, đánh tan

Hướng:

a) Đun chảy bơ trong chảo lớn rồi thêm nấm hương và hành lá vào. Nấu cho đến khi morels bắt đầu có màu nâu.

b) Khi nấm đang nấu, đánh trứng và sữa vào cùng một tô.

c) Đổ hỗn hợp trứng đã đánh vào chảo cùng nấm. Đảo đều cho đến khi trứng chín như ý muốn.

67. Măng tây và Morels

Thành phần:

- 1/2 lb. morels tươi, thái lát theo chiều dọc
- 2 thìa bơ
- 2 bó măng tây, cắt thành miếng 1 inch
- 1 củ hẹ, xắt nhỏ
- 2 tép tỏi, băm nhỏ

Hướng:

a) Đun chảy bơ trong chảo trên lửa vừa. Thêm các miếng hẹ, tỏi, morels và măng tây.

b) Nấu cho đến khi nấm morels có màu nâu và măng tây mềm, thường là 8 đến 10 phút.

68. Morels nhồi phô mai

Thành phần:

- Nhiều loại morels vừa, ít nhất là 12 đến 16. Đừng cắt chúng.
- 1 thìa bơ
- 2 muỗng canh dầu ô liu
- 1/2 lb. rau bina (8 oz.), thái nhỏ càng nhiều càng tốt
- 1 cốc phô mai Ricotta
- 1 chén phô mai Thụy Sĩ cắt nhỏ
- 2 muỗng canh hạt thông hoặc quả óc chó, xắt nhỏ
- 4 củ hành xanh, thái nhỏ
- 2 tép tỏi, băm nhỏ
- 1/2 muỗng cà phê hạt nhục đậu khấu
- Muối và hạt tiêu cho vừa ăn

Hướng:

a) Làm nóng lò nướng của bạn ở nhiệt độ 375 độ.

b) Đầu tiên chúng ta sẽ làm nhân nhồi. Đun chảy bơ trên lửa vừa trong chảo. Chiên hành lá và tỏi trong 5 phút, sau đó tắt bếp và để nguội.

c) Trong một tô lớn, kết hợp tất cả các loại phô mai, rau bina, các loại hạt, muối, hạt tiêu, tỏi, hành lá và hạt nhục đậu khấu. Trộn đều.

d) Chuẩn bị nấm của bạn bằng cách cắt bỏ bất kỳ thân cây nhô ra nào, để lại một lỗ hở ở gốc.

e) Xịt chảo nướng bằng bình xịt nấu ăn không dính. Cẩn thận nhồi từng hạt morel, phết một ít dầu ô liu rồi cho vào chảo. Nấu cho đến khi nấm có màu vàng nâu, thường từ 10 đến 20 phút.

f) Phục vụ ngay lập tức. Chúng sẽ không tồn tại lâu đâu!

69. Morels với bột mì

Thành phần:

- Morels một loạt chúng (thái lát)
- 1/2 chén bột mì (hoặc nhiều hơn)
- 4 muỗng canh bơ hoặc bơ thực vật
- Muối
- Hạt tiêu

Hướng:

a) Phủ bột mì lên Morels (có thể đựng trong túi có khóa kéo gallon chứa bột mì hoặc dùng đĩa phủ bột mì)

b) Đun chảy bơ/margarine trong chảo rán trên lửa vừa (đừng đun quá nóng!!!!!)

c) Xào nấm (nhẹ nhàng) trong bơ/bơ thực vật. Xoay khi cần thiết.

d) Lấy ra khỏi chảo và muối và hạt tiêu cho vừa ăn.

70. Morels áp chảo

Thành phần:

- Nấm Morel thô
- 2 chén bột hữu cơ
- ¼ thìa cà phê bột ớt cayenne
- ¼ thìa cà phê bột hành
- Rất nhiều muối biển để ngâm nước muối
- 2 quả trứng
- ½ cốc sữa
- 1 thanh bơ hoặc Ghee

Hướng:

a) Đầu tiên, bạn sẽ ngâm nấm morels trong bồn nước muối mát có sử dụng nước và muối.

b) Trộn trứng và sữa của bạn vào một cái bát.

c) Trộn bột mì và gia vị vào một cái bát.

d) Đun chảy bơ của bạn (hoặc dầu chiên tùy chọn) trong chảo ở nhiệt độ Med/Thấp.

71. Morels trong bơ

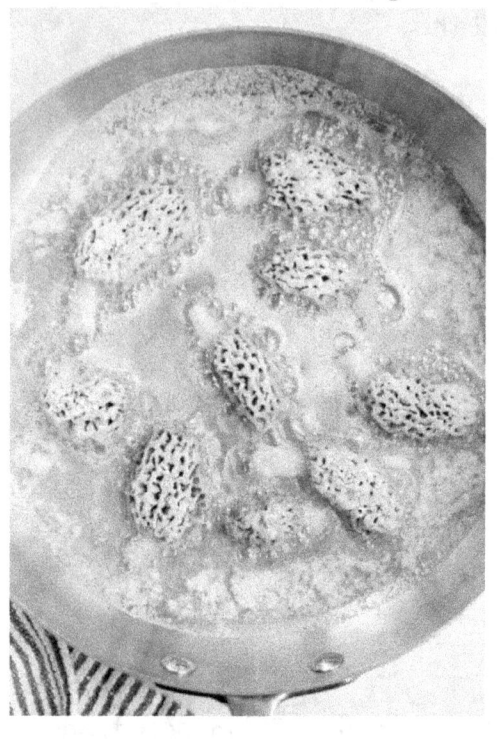

Thành phần:

- Morels
- Bột gạo
- bột mì
- 4 que bơ
- muối
- hạt tiêu

Hướng:

a) Rắc thêm bột gạo với bột gạo rồi chiên trong bơ.

b) Thưởng thức.

72. Sốt Nấm Morel

PHỤC VỤ 4 người

Thành phần:

- 4 Ức gà không xương Thay thế bằng cá walleye bơ, ức gà lôi hoặc thịt bê cốt lết

- 3 muỗng canh bơ (không thay thế)

- 3 chén morels (thái lát dài 1 inch)

- ½ muỗng canh mùi tây khô

- ¼ thìa cà phê tiêu

- ¼ chén hành lá (thái lát mỏng)

- ½ chén rượu trắng khô

- 2 cốc kem tươi

- 1 thìa cà phê muối

- ½ muỗng cà phê mù tạt Dijon

Hướng:

a) Xào ức gà rút xương với vài thìa bơ nóng cho đến khi chín. Giữ ấm cho đến khi hết nước sốt.

b) Trong chảo chống dính 12 inch, đun nóng 3 muỗng canh. bơ (không thay thế) trên lửa vừa cao cho đến khi nổi bọt.

c) Thêm 3 cốc morels nhỏ màu xám - đối với những morels lớn hơn, cắt thành những lát dài không quá 1 inch.

d) Xào e, thỉnh thoảng khuấy trong 15-20 phút. cho đến khi hơi giòn.

e) Thêm 1/4 C. ngọn hành lá thái mỏng, 1/2 thìa canh. mùi tây khô, 1/4 thìa cà phê hạt nhục đậu khấu, 1/4 thìa cà phê tiêu, 1 thìa cà phê muối và nấu trong vài phút.

f) Vặn lửa cao hơn và thêm 1/2 C. rượu trắng khô vào và giảm đến mức gần như men.

g) Chuyển nhiệt sang thuốc. và thêm 2 C. kem tươi và 1/2 thìa cà phê mù tạt Dijon.

h) Giảm nhẹ đun sôi chậm cho đến khi đặc lại - khoảng 10-12 phút.

i) Bày ra đĩa và dọn nước sốt lên gà.

73. Morel với bánh quy mặn

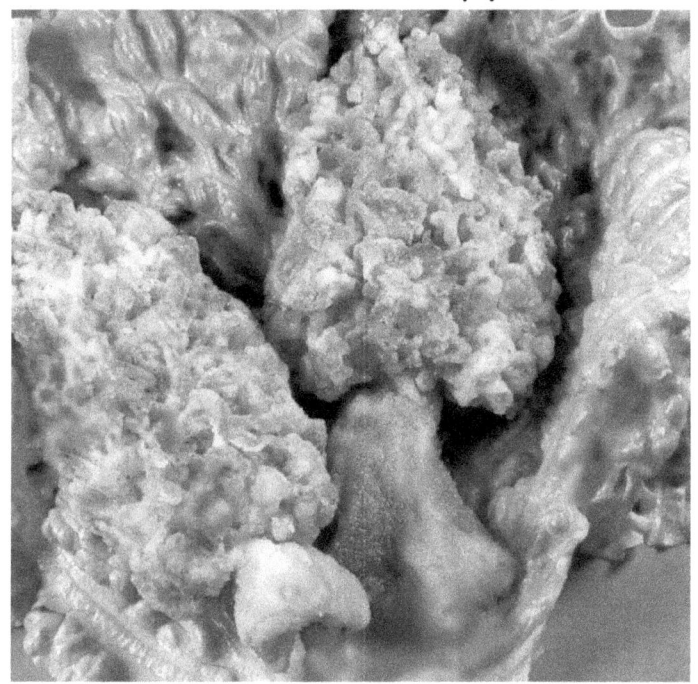

Thành phần:

- morels tươi cắt lát theo chiều dọc
- ⅓ dầu ăn
- 1 hộp bánh mặn
- 3 quả trứng
- muối
- 1 thìa cà phê hạt tiêu
- 1 thìa cà phê ớt bột
- 1 muỗng canh gia vị
- 1 chén bột mì
- ⅓ cốc nước

Hướng:

a) Rửa nhẹ và cắt nấm làm đôi theo chiều dọc. Ngâm trước trong nước muối. (Tốt nhất là qua đêm). Điều này giúp trung hòa axit...để tránh các vấn đề về "tiêu hóa".

b) Làm nóng trước 1/3" dầu ăn trong chảo gang 10" trên lửa vừa cao.

c) Chuẩn bị khăn giấy để thấm dầu thừa từ nấm đã nấu chín.

d) Rửa sạch và để ráo nấm trong một cái chao lớn.

e) Đổ (2) gói bánh quy mặn bên trong vào Túi Ziploc 1 gallon. Dùng cây lăn nghiền nát cho đến khi có độ sệt mịn.

f) Thêm 1 C Bột mì, 1/2 muỗng canh muối nêm và 1 muỗng cà phê Tiêu và Ớt bột mỗi loại. Lắc đều và cho vào chảo nông hoặc tô thịt hầm.

g) Trong một cái bát nhỏ, đánh 3 quả trứng.

h) Thêm nước, hạt tiêu và trộn đều.

i) Dùng một tay nhúng nấm vào nước rửa trứng, để phần thừa chảy ra. Đổ vào hỗn hợp bánh quy giòn.

j) Mặt khác, ngay lập tức đổ thêm hỗn hợp bánh quy lên trên để phủ toàn bộ cây nấm. Lắc phần thừa để tránh bị cháy trong chảo.

k) Nấu nướng

l) Cho vào dầu đã đun nóng...tách úp xuống. Tiếp tục cho đến khi đầy chảo.

m) Nấu cho đến khi vàng nhẹ. Lật lại bằng kẹp và nấu mặt còn lại cho đến khi vàng nâu. Lật chúng lại một chút để dầu thừa từ bên dưới thoát ra tốt hơn.

n) Đặt lên khăn giấy...tách mặt xuống. Có thể muối nhẹ, nhưng KHÔNG cần thiết. Không muốn chôn vùi hương vị nấm... Ý tưởng hay là hãy nếm thử trước.

o) Tiếp tục cho đến khi tất cả nấm được nấu chín...Có thể cần phải làm mất lòng người tiêu dùng háo hức.

74. Morel với vụn bánh mì & Parmesan

Thành phần:

- 15-20 morels cỡ vừa rửa sạch và giảm một nửa
- 1 chén vụn bánh mì
- 1 muỗng canh tiêu đen xay
- 1 muỗng canh muối biển nghiền
- 3 thìa canh phô mai Parmesan bào mịn
- 3-4 lát phô mai dày vừa
- 1 quả trứng để rửa trứng
- 4 que bơ

Hướng:

a) Trộn tất cả các thành phần khô trong một cái bát nông. (mụn bánh mì, phô mai Parmesan, muối và hạt tiêu)

b) Làm ấm một lượng bơ lành mạnh trong chảo rán nhỏ.

c) Đánh trứng và đặt vào một cái bát cạn riêng biệt.

d) Nấu nướng

e) Nhúng nấm vào nước rửa trứng rồi nhúng vào hỗn hợp vụn bánh mì, cho ngay vào bơ nóng. Chiên cho đến khi có màu vàng nâu giòn.

f) lấy nấm ra khỏi chảo và xếp nấm lên khay bánh quy nhỏ, đặt một dải phô mai cheddar 1/4 inch vào giữa mỗi miếng.

g) Cho vào lò nướng đã làm nóng trước ở nhiệt độ 375° trong khoảng 4-6 phút hoặc cho đến khi phô mai tan chảy.

h) Lấy ra, để nguội và thưởng thức.

75. Morel áp chảo

Thành phần:

- một mẻ Morels cắt đôi, làm sạch và ngâm
- 2 chén bột ngô
- $\frac{1}{4}$ sữa
- 1 quả trứng đồng quê
- 1 chén mỡ thịt xông khói
- 1 muỗng canh tiêu đen

Hướng:

a) Trong một cái bát rộng, nông: trộn 1 quả trứng đồng quê với 1/4 c. sữa

b) Trong túi giấy dày: thêm 2 c. bột ngô với 1 t. tiêu đen trộn vào.

c) Trong một chiếc chảo gang sâu lòng, làm tan mỡ thịt xông khói sâu 1 inch.

d) Nhận nó tốt và nóng nhưng không hút thuốc.

e) Bây giờ nhúng nấm của bạn vào hỗn hợp sữa và trứng rồi để chúng ngâm một chút trong khi dầu mỡ đang nóng.

f) Lấy một nắm ra khỏi bát và lắc nhẹ để loại bỏ một ít chất lỏng dư thừa rồi thả vào túi bột ngô.

g) Giữ tay dưới đáy túi để túi không bị vỡ và lắc nhẹ.

h) Thêm nhiều nấm hơn, lắc nhẹ sau mỗi lần thêm.

i) Khi tất cả chúng đã được tráng rất kỹ, hãy bắt đầu xếp chúng thành một lớp duy nhất trên chảo nóng.

j) Cố gắng chỉ lật chúng một lần, như vậy lớp phủ của bạn sẽ bám tốt hơn.

NẤM PORCINI

76. Bít tết chà xát porcini

Phục vụ 2

Thành phần:

- 2 thìa đường
- 1 muỗng canh muối
- 5 tép tỏi, thái nhỏ
- 1 muỗng canh ớt đỏ nóng
- 1 muỗng canh tiêu đen
- 30g nấm porcini khô, nghiền mịn
- 60ml dầu ô liu, cộng thêm dầu để rưới
- 1 x 600-800g bít tết sườn, cắt dày 4cm
- Giấm balsamic, để làm mưa phùn

Hướng:

a) Trong một bát nhỏ, trộn đường, muối, tỏi, ớt đỏ, hạt tiêu, bột nấm và dầu ô liu, sau đó khuấy đều để tạo thành hỗn hợp sệt, khá khô. Chà hỗn hợp lên khắp miếng bít tết, phủ đều. Bọc màng bám rồi để lạnh trong 12 tiếng hoặc qua đêm.

b) Làm nóng chảo nướng. Lấy bít tết ra khỏi tủ lạnh, lau sạch nước xốt dư thừa. Nấu trên lửa vừa cao trong 20-25 phút, quay 6 phút một lần đối với loại vừa tái.

c) Để bít tết nghỉ trong 10 phút, sau đó cắt theo thớ. Rưới dầu ô liu và giấm balsamic lên rồi thưởng thức.

77. Nấm ngâm đậu nành

Phục vụ 4-6

Thành phần:

- 400ml sữa
- 50g bơ
- 50g bột ngô hoặc bột ngô màu vàng
- 40g kem tươi
- 75g phô mai parmesan, bào nhỏ, thêm vào để ăn kèm
- Muối và hạt tiêu đen
- 4-6 xúc xích heo hoặc heo rừng

Đối với nấm ngâm đậu nành

- 50ml dầu thực vật
- 1 củ hành tây nhỏ, thái hạt lựu
- 2 tép tỏi, nghiền nát
- 400g nấm rừng hỗn hợp
- 60ml nước tương nhạt
- 60ml nước
- 3 củ hành lá, thái nhỏ

- 4 muỗng canh rau mùi tây lá phẳng, xắt nhỏ

Hướng:

a) Để làm bột kiều mạch, hãy đun sôi sữa và bơ trong nồi vừa.

b) Thêm bột kiều mạch hoặc polenta và nấu trong 3 phút, khuấy liên tục. Tắt bếp và để nguội một chút.

c) Khuấy kem fraiche và parmesan, nêm gia vị, đậy nắp và giữ ấm.

78. Calzone nấm

Phục vụ 2

Thành phần:

Đối với bột bánh pizza

- 115ml nước ấm
- 1 thìa cà phê men khô tác dụng nhanh
- 200g bột mì trắng đặc
- ½ muỗng cà phê muối

Để làm đầy

- 200g phô mai mozzarella trâu, để ráo nước và cắt hạt lựu
- Dầu ô liu nguyên chất
- 1 tép tỏi, thái nhỏ
- 1 muỗng cà phê ớt khô (tùy chọn)
- 225g nấm hỗn hợp, cắt nhỏ, gọt vỏ và thái hạt lựu thành khối 1cm
- Muối và hạt tiêu đen
- ½ muỗng canh lá húng chanh
- 3 muỗng canh phô mai parmesan, bào mịn

Hướng:

a) Để làm bột, cho 2 thìa nước ấm vào một cái bát nhỏ. Rắc men lên trên mặt nước và trộn nhẹ nhàng bằng ngón tay. Đong bột vào tô trộn lớn. Khi men đã tan và trông sủi bọt, trộn kỹ.

b) Thêm 1 thìa bột mì vào và khuấy đều cho đến khi tạo thành hỗn hợp sền sệt. Để tăng trong 30 phút. Nó sẽ phồng lên và tăng gấp đôi về khối lượng.

c) Trộn muối vào phần bột còn lại. Đổ hỗn hợp men vào. Thêm 115ml nước ấm vào bát men trống, sau đó cho vào hỗn hợp. Dùng tay trộn đều cho đến khi tạo thành khối bột, sau đó đặt lên một bề mặt sạch. Nhào trong 10 phút.

d) Khi bột đã mịn và đàn hồi tốt thì chia thành hai phần bằng nhau. Đặt lên khay nướng đã rải bột mì và phủ khăn trà sạch lên. Để ở nơi ấm áp, không có gió lùa trong 2 giờ hoặc cho đến khi chúng nở gấp đôi.

e) Đặt khay nướng vào giữa lò, sau đó làm nóng trước ở nhiệt độ 230C/450C/mốc gas 8.

f) Xả mozzarella và lau khô. Cắt thành khối 1cm và đặt vào một cái chao. Nhẹ nhàng ấn để giải phóng một phần độ ẩm dư thừa.

g) Đặt chảo rán trên lửa vừa cao. Thêm 3 muỗng canh dầu ô liu, sau đó cho tỏi và ớt nếu dùng. Ngay khi nó bắt đầu kêu xèo xèo, hãy thêm nấm thái hạt lựu vào.

h) Nêm gia vị và xào nhanh trong 3 phút hoặc cho đến khi chúng tiết ra hầu hết chất lỏng. Trộn húng tây chanh vào và cho vào tô. Sau khi nguội, trộn parmesan vào.

i) Cán bột bánh pizza của bạn thành hai đĩa có đường kính khoảng 20cm. Trải nấm lên một nửa mỗi đĩa bột, chú ý không che phần mép nổi lên.

j) Rắc phô mai mozzarella thành khối lên nấm. Gấp một nửa phần bột không đậy nắp lên trên phần nhân. Uốn các cạnh để nước ép không thoát ra ngoài.

k) Nướng trong 10 phút hoặc cho đến khi bánh phồng lên và trở nên giòn và vàng. Chải với một ít dầu ô liu trước khi phục vụ.

79. Măng tây & morels trong dầu giấm

Năng suất: 4 phần ăn

Thành phần:

- 32 ngọn măng tây

- $\frac{1}{2}$ pound morels tươi; giảm một nửa, làm sạch và cắt tỉa

- $\frac{1}{4}$ ounce nấm porcini khô

- 1 chén nước luộc gà hoặc nước

- $\frac{1}{4}$ chén giấm balsamic

Hướng:

a) Cắt và chần măng tây cho đến khi mềm rồi ngừng nấu bằng cách ngâm vào nước lạnh. Xả và dự trữ. Ngâm porcini trong nước kho hoặc nước. Đun sôi và giảm thể tích xuống còn ¼ cốc. Sự căng thẳng. Trong máy xay sinh tố, kết hợp giấm balsamic và nước ngâm nấm.

b) Nhũ hóa dầu vào đế và nêm muối và hạt tiêu. Hấp măng tây trong 1 phút để hâm nóng lại rồi bày ra đĩa ấm.

c) Xào morels trong bơ cho đến khi chúng tiết ra nước. Tăng nhiệt và xào 2-3 phút. Rắc morels vào ⅔ số dấm. Chia từng ngọn giáo và rưới một ít dầu giấm xung quanh mỗi ngọn giáo.

80.   Phô mai xanh & nấm dại

Năng suất: 3 phần ăn

Thành phần:

- 1 muỗng canh bơ không muối
- 1 muỗng canh dầu ô liu
- 3 củ hành Tây Ban Nha; thái lát mỏng
- 1 thìa cà phê đường
- 3 muỗng canh dầu ô liu
- 1 pound Các loại nấm dại (portobello; nấm hương chanterelle, porcini)
- Muối và hạt tiêu mới xay
- ½ cốc mozzarella tươi
- 1 cốc phô mai xanh vụn
- 1 bánh mì dẹt

Hướng:

a) Đun nóng bơ và dầu ô liu trong chảo vừa. Thêm hành và đường vào nấu từ từ cho đến khi mềm và có màu caramen. Đun nóng dầu ô liu trong chảo xào lớn trên lửa cao. Thêm nấm và xào cho đến khi chín vàng.

b) Nêm muối và hạt tiêu cho vừa ăn. Làm nóng lò nướng trước. Làm phẳng bột, phết một lớp dầu ô liu rồi cho lên vỉ nướng.

c) Nướng một mặt cho đến khi vàng nâu, lật lại phết phô mai mozzarella, hành tây, nấm và phô mai xanh.

NẤM HẠT HẠT

81. Bánh pudding nấm và tỏi tây

Phục vụ 8-10

Thành phần:

- 400g bánh mì cắt miếng, bỏ vỏ
- 2 muỗng canh dầu ô liu
- 1 muỗng canh bơ không muối
- 50g pancetta, thái hạt lựu
- 4 củ tỏi tây, phần trắng và xanh, thái lát
- 1,2 kg nấm hạt dẻ, thái lát
- 1 muỗng canh lá tarragon tươi, xắt nhỏ
- 30ml sherry vừa hoặc khô
- Muối và hạt tiêu đen
- Một nắm nhỏ rau mùi tây lá phẳng, xắt nhỏ
- 4 quả trứng lớn
- Kem đôi 600ml
- 250ml nước luộc gà
- 170g gruyere, bào sợi

Hướng :

a) Làm nóng lò ở nhiệt độ 180C/350F/mốc gas 4. Trải bánh mì lên khay nướng và nướng trong 20 phút cho đến khi bánh chín vàng nhạt. Để qua một bên.

b) Đun nóng dầu và bơ trên lửa vừa. Thêm pancetta và chiên trong 5 phút, thêm tỏi tây và nấu cho đến khi mềm. Thêm nấm, tarragon, sherry, 1 muỗng canh muối và 1½ muỗng cà phê hạt tiêu vào nấu trong vòng 10-12 phút cho đến khi phần lớn chất lỏng bay hơi, thỉnh thoảng khuấy đều. Tắt lửa, sau đó cho rau mùi tây vào khuấy đều.

c) Trong một tô trộn lớn, đánh trứng, kem, nước luộc gà và ⅔ gruyere. Thêm hỗn hợp bánh mì và nấm vào, khuấy đều. Đặt sang một bên trong 30 phút.

d) Khuấy đều và đổ vào đĩa nướng lớn. Rắc gruyere còn lại và nướng trong 45-50 phút, cho đến khi mặt trên có màu nâu.

e) Ăn nóng.

82. Hạt dẻ và nấm hoang dã

Năng suất: 4 phần ăn

Thành phần:

- 2 muỗng canh dầu ô liu
- 1 tép tỏi, thái nhỏ
- 8 ounce nấm Shiitake, cắt nhỏ và thái lát
- 15 ounce Hạt dẻ đóng hộp đóng hộp trong nước
- Muối và hạt tiêu đen mới xay

Hướng :

a) Đun nóng dầu ô liu trong chảo và từ từ cho tỏi chuyển sang màu nâu. Xào nấm hương cho đến khi mềm (thêm một thìa nước nếu cần để nấm không bị cháy).

b) Thêm hạt dẻ và Xào chỉ để hâm nóng chúng và nêm muối và nhiều tiêu đen xay

c) Năng suất: 4 đến 6 phần ăn

83. nấm Rogan

Máy chủ 4

Thành phần:

- 2-4 quả ớt khô
- 6 muỗng canh dầu thực vật
- 4 tép
- 6 quả bạch đậu khấu xanh
- 2 quả bạch đậu khấu đen
- thanh quế 5cm
- 1 lưỡi chùy
- 10 hạt tiêu đen
- 2 củ hành nhỏ, thái nhỏ
- 2 quả cà chua lớn, cắt làm tư
- 2 thìa sữa chua
- 5 tép tỏi, bóc vỏ
- 20g gừng gọt vỏ
- 2 thìa cà phê rau mùi đất
- $\frac{3}{4}$ thìa cà phê thì là xay

- ⅓ muỗng cà phê bột nghệ
- ¾ muỗng cà phê garam masala, hoặc nếm thử
- Muối, để nếm
- 30g bơ không muối
- 500g các loại nấm như nấm hương, hạt dẻ và hàu
- Một nắm lá rau mùi, xắt nhỏ

Hướng :

a) Rang ớt khô trên chảo khô cho đến khi hơi sẫm màu, lắc thường xuyên. Bẻ đôi và lắc hạt, sau đó nghiền thành bột. Đun nóng 4 muỗng canh dầu trong chảo lớn không dính.

b) Thêm toàn bộ gia vị và chiên trong 10 giây. Thêm hành tây và nấu cho đến khi chúng chín vàng ở các cạnh.

c) Trong khi đó, trộn cà chua, sữa chua, tỏi và gừng cho đến khi mịn. Thêm vào hành tây cùng với gia vị xay và một ít muối.

d) Nấu, thỉnh thoảng khuấy cho đến khi masala giảm hoàn toàn và nhả các giọt dầu trở lại chảo. Tiếp tục nấu, khuấy thường xuyên ở nhiệt độ cao trong 4-5 phút. Thêm 350ml nước, đun sôi, đun nhỏ lửa trong 3-4 phút, sau đó giữ ấm.

e) Đun nóng 1 muỗng canh dầu và một nửa bơ trong chảo rán lớn. Thêm một nửa số nấm, rắc một chút muối và chiên trong năm phút cho đến khi chúng có màu caramen ở các cạnh. Lặp lại với dầu, bơ và nấm còn lại. Đổ chúng vào nước sốt, khuấy đều, sau đó điều chỉnh gia vị.

f) Thêm một ít nước nếu cần thiết - nước sốt phải đặc nhưng không quá dính. Đun nhỏ lửa trong 3-4 phút rồi dùng, rắc rau mùi.

CREMINI

84. Crostini Nấm Crimini

Làm 24

Thành phần:

Crostini

- Bánh mì baguette 16 ounce, cắt chéo thành 24 miếng
- 2 muỗng canh dầu ô liu hoặc nhiều hơn nếu cần
- 1 tép tỏi lớn, bóc vỏ, cắt làm đôi

Nấm

- 1 muỗng canh dầu ô liu
- 1 củ hẹ lớn, gọt vỏ, băm nhỏ
- 3/4 pound nấm crimini nhỏ, rửa sạch, thái lát mỏng
- 2 muỗng canh hương thảo tươi băm nhỏ
- 2 muỗng canh cây xô thơm tươi băm nhỏ
- Nhánh hương thảo để trang trí tùy chọn

Hướng :

a) Để làm crostini: Làm nóng lò nướng thịt trước. Đặt các lát bánh mì baguette lên chảo gà thịt.

b) Quét từng lát tỏi với một ít dầu ô liu và chà xát mặt cắt của tỏi. Đặt dưới lò nướng và nướng cho đến khi hơi chín vàng và giòn.

c) Lấy ra khỏi gà thịt và để nguội.

85. Nước xốt Crimini và cà rốt

Phục vụ 10

Thành phần:

- 8 ounce nấm crimini
- 1 cốc nước
- 1/2 thìa cà phê muối
- 8 ounce cà rốt nhỏ, cắt ngọn và chà sạch
- 12 ounce atisô, giảm một nửa
- Cách ăn mặc:
- 1/4 chén dầu ô liu
- 1/4 chén giấm balsamic
- 2 thìa cà phê thì là tươi
- 1/4 thìa cà phê muối
- 1/4 thìa cà phê tiêu
- 1/2 chén ớt đỏ nướng, thái hạt lựu

Hướng :

a) Trong một chảo nước sốt lớn, trộn nấm, nước và 1/2 thìa cà phê muối. Đun sôi và giảm nhiệt. Đậy nắp và đun nhỏ lửa trong vài phút. Thêm cà rốt và đun sôi lại. Giảm nhiệt và nấu thêm 2 phút nữa. Rau để ráo nước rồi kết hợp với tim atisô.

b) Trong máy xay sinh tố hoặc bình, trộn dầu ô liu, giấm, thì là, muối và hạt tiêu và lắc đều. Đổ rau và áo khoác. Làm lạnh cho đến khi nguội, tối đa 2 ngày. Mang đến nhiệt độ phòng trước khi phục vụ. Trang trí với dải ớt đỏ và thì là.

86. Nấm "Risotto" với Feta

Máy chủ 4

Thành phần:

- 2 muỗng canh dầu ô liu
- 1 pound nấm Crimini thái lát
- 1-1/4 cốc (8 oz.) mì ống orzo
- 1 lon cà chua hầm kiểu Ý 14-1/2 ounce
- 1 lon nước luộc gà 13-3/4 ounce
- 1/4 chén húng quế vụn và phô mai feta có hương vị cà chua

Hướng :

a) Trong chảo lớn đun nóng dầu cho đến khi nóng. Thêm nấm và nấu cho đến khi mềm và tiết ra nước. Khuấy orzo, cà chua, nước luộc gà và 1/2 cốc nước.

b) Đậy nắp đun nhỏ lửa, thỉnh thoảng khuấy cho đến khi orzo mềm và hầu hết chất lỏng được hấp thụ. Khuấy phô mai feta và phục vụ.

87. Bánh nấm

Máy chủ 6

Thành phần:

- 2 củ hẹ, xắt nhỏ
- 1/2 chén rượu trắng
- 8 oz. tội phạm, thái lát
- 8 oz. nấm hương, thái lát
- 1 1/2 cốc kem đặc
- 1/2 muỗng cà phê húng tây, tươi
- Muối và hạt tiêu đen cho vừa ăn
- 1 quả trứng, đánh bông
- 12 miếng bánh phồng hình vuông 4 inch

Hướng :

a) Nấu nấm và hẹ tây trong rượu cho đến khi rượu bay hơi. Thêm kem, húng tây, muối và hạt tiêu.

b) Giảm một nửa và để lạnh trong vài giờ hoặc cho đến khi kem đặc lại. Múc 1 thìa cà phê tròn hỗn hợp nấm vào bánh ngọt, gấp lại và phết bằng nước rửa trứng.

c) Nướng trong lò khoảng 8-12 phút hoặc cho đến khi có màu vàng nâu. Đun nóng hỗn hợp nấm còn lại và dùng kèm với bánh strudel.

88. Kem Súp nấm

Phục vụ 2

Thành phần:

- 2 thìa bơ
- 1 (gói 6 oz) nấm crimini
- 2 củ hẹ băm cỡ vừa
- 1/4 thìa cà phê ớt bột Hungary
- 1 muỗng canh bột mì
- 1 chén nước luộc gà
- 1/2 thìa cà phê húng tây khô, vụn
- 1/4 cốc kem tươi
- 2 muỗng canh kem chua hoặc kem chua nhẹ

Hướng :

a) Đun chảy bơ, hẹ tây và xào trên lửa vừa trong 5 đến 10 phút cho đến khi chín vàng và mềm. Nấm nên tiết ra chất lỏng, khi bay hơi thì cho ớt bột vào khuấy đều.

b) Thêm bột mì vào và khuấy đều cho đến khi mịn và đặc lại. Thêm húng tây và đun nhỏ lửa trong 10 phút. Khuấy kem và kem chua.

89. Nấm Crimini soong

Thành phần:

- 3 lbs. nấm Crimini
- 1 gói 16oz. nhồi thảo mộc
- 3/4 lb. pho mát sắc nét, bào
- 1 1/4 cốc rưỡi

Hướng :

a) Cắt nấm và chần nhanh.

b) Bôi mỡ vào chảo 9x13". Xếp các lớp nguyên liệu bắt đầu bằng nấm, phô mai, nhân và lặp lại kết thúc bằng nhân.

c) Đừng phủ bơ lên trên. Trước khi nướng, đổ nửa rưỡi lên soong. Nướng ở 350 độ trong 30 phút.

90. Mỳ Ý sốt nấm

Thành phần:

- 8 oz. mì chưa nấu chín
- 2 muỗng canh dầu ô liu
- 1 cốc hành tây thái lát
- 1 lb. nấm crimini tươi
- 1 thìa cà phê tỏi băm
- 1 lọ (7 oz.) ớt chuông đỏ nướng, để ráo nước và cắt nhỏ
- 1/4 thìa cà phê muối
- 1/8 thìa cà phê tiêu đen
- 1 1/2 chén bánh mì nướng (hương vị Caesar hoặc Ý)
- 1/3 cốc phô mai Parmesan

Hướng :

a) Nấu mì cho đến khi chín. Xả và tiết kiệm 1/2 cốc chất lỏng. Đặt mì ống vào một bát phục vụ lớn. Trong chảo lớn trên lửa vừa, đun nóng dầu ô liu cho đến khi nóng.

b) Thêm hành tây và nấu cho đến khi hơi mềm. Thêm nấm và nấu cho đến khi mềm - khoảng 5 phút.

c) Khuấy ớt, muối và hạt tiêu cho vừa ăn. Thêm phần nước còn lại, đổ lên mì ống. Khuấy bánh mì, phô mai và phục vụ.

91. Pasta rau bina nấm

4 phần ăn

Thành phần:

- 3 thìa canh (45 ml) dầu ô liu nguyên chất
- ½ chén hành tím hoặc hành tím thái mỏng, khoảng 1 củ lớn hoặc 2 củ vừa
- Muối kosher
- 10 ounce (275 g) nấm nút trắng, cắt thành miếng dày
- 8 ounce (225 g) mũ nấm portobello, thái lát
- 2 tép tỏi, thái nhỏ
- ½ muỗng cà phê ớt đỏ nghiền
- Tiêu đen mới xay để nếm thử
- 8 ounce (225 g) mì pappardelle hoặc fettuccine khô, hoặc mì ống tươi nặng 1 pound
- ¼ cốc (60 ml) rượu vang hồng hoặc rượu trắng khô

- 3 thìa canh (45 g) bơ
- ¼ chén phô mai Parmesan bào
- 5 ounce (150 g) lá rau bina non

Hướng :

a) Đun sôi một nồi nước muối lớn.

b) Đặt một chiếc chảo lớn (12 inch) lên lửa vừa. Thêm dầu ô liu và hẹ tây vào chảo cùng với ½ thìa cà phê muối kosher. Nấu cho đến khi hẹ mềm, khuấy thường xuyên, khoảng 5 phút.

c) Thêm nấm vào chảo thành một lớp. Nấu yên trong 5 phút, sau đó rắc ½ thìa cà phê muối và trộn đều với hẹ. Khuấy tỏi, ớt và hạt tiêu đen và tiếp tục nấu thêm 5 phút nữa hoặc cho đến khi chúng mềm và tiết ra nước.

d) Trong khi nấu nấm, thêm mì ống vào nước sôi và nấu theo hướng dẫn trên bao bì. Làm khô hạn.

e) Tăng nhiệt dưới nấm lên mức trung bình cao và đổ rượu vào. Để nó bong bóng và nấu trong 2 phút. Khuấy bơ cho đến khi nó tan chảy. Nhấc chảo ra khỏi bếp và thêm $\frac{1}{4}$ cốc phô mai và rau chân vịt vào chảo. Khuấy đều cho đến khi lá héo.

f) Thêm mì ống đã nấu chín vào chảo và trộn nhẹ nhàng với nước sốt. Phục vụ trong bát với thêm phô mai rắc lên mì ống. Rót một ly rượu vang và thưởng thức!

PORTOBELLO

92. Súp nấm Portobello

Máy chủ 6

Thành phần:

- Kem đơn 300ml
- 1 lít sữa
- 200ml nước lạnh
- 1 củ hành lớn, thái hạt lựu
- 50g bơ
- Muối
- 250g nấm portobello, thái lát mỏng
- 100g nấm nút, thái lát mỏng
- 50ml rượu vang Madeira ngọt đậm
- 4 lá nguyệt quế
- Kem đôi 200ml
- Tiêu đen
- 6 lá nguyệt quế nhỏ, để phục vụ

Hướng :

a) Cho kem, sữa và nước từ từ vào nồi lớn đun sôi.

b) Trong khi đó, từ từ cho hành tây vào chảo khác với bơ, 2 lá nguyệt quế và một ít muối. Khi hành tây trong mờ, thêm nấm vào và nấu trên lửa cao hơn cho đến khi hết hơi ẩm. Thêm rượu Madeira và đun sôi thành lớp men dính.

c) Đổ hỗn hợp kem sôi vào, khuấy đều và đun sôi lại. Nấu không quá 5 phút, loại bỏ lá, sau đó trộn mịn.

d) Nếu bạn đã ngâm kem đôi với lá nguyệt quế qua đêm, hãy lấy ra trước khi đánh kem thành Chantilly nhẹ - kem sẽ đặc lại và rơi ra khỏi thìa một cách khó chịu. Nếu không thì cho lá nguyệt quế cắt nhỏ vào.

e) Phục vụ món súp với một thìa kem đôi, một ít hạt tiêu và một chiếc lá nguyệt quế nhỏ.

93. Trứng tráng nấm phồng

Phục vụ 2

Thành phần:

- 20g bơ
- 1 muỗng canh dầu ô liu
- 2 cây nấm lớn, thái lát mỏng
- 1 củ chuối, thái lát mỏng
- 3 quả trứng
- 100ml sữa chua nguyên chất
- 1 muỗng canh húng quế, xắt nhỏ
- 1 muỗng canh mùi tây, xắt nhỏ
- ½ muỗng canh hẹ, xắt nhỏ

Hướng :

a) Đun nóng bơ và dầu trong chảo lớn có nắp đậy. Chiên nấm, không khuấy quá thường xuyên để nấm có màu.

b) Thêm hẹ và nấu cho đến khi mềm. Hạ nhiệt xuống ngọn lửa nhỏ nhất có thể.

c) Trộn trứng và sữa chua với nhau, sau đó nêm một chút muối biển và hạt tiêu. Đánh bằng máy đánh trứng (hoặc đánh mạnh bằng tay) cho đến khi nổi bọt.

d) Đổ hỗn hợp vào chảo, thêm các loại thảo mộc và đậy nắp.

e) Nấu cho đến khi phồng lên và đông lại.

94. Portobellos nướng kiểu La Mã

Năng suất: 4 phần ăn

Thành phần:

- 6 ounce nấm Portobello
- ½ pound mì Ý
- Muối và tiêu
- ½ chén nước dùng yêu thích
- 1 chén hành tây xắt nhỏ
- 1 cốc ớt đỏ hoặc cà tím xắt nhỏ, hoặc 1/2 cốc mỗi loại
- 1 tép tỏi, băm nhỏ
- 2 muỗng canh mùi tây tươi băm nhỏ
- 1 lon (16 ounce) nước sốt cà chua
- 1 thìa cà phê sốt Worcestershire chay
- ½ muỗng cà phê lá oregano khô
- ¼ cốc phô mai Parmesan nghiền không béo

Hướng:

a) Làm nóng lò trước để nướng. Đun sôi một nồi nước lớn. Làm sạch nấm, nêm muối và hạt tiêu rồi nướng trong vài phút cho cả hai mặt.

b) Trong khi đó, nấu mì ống trong nước sôi cho đến khi chín. Cắt nấm thành dải dài rộng khoảng $\frac{1}{2}$. Để ráo mì ống, cho vào đĩa thịt hầm có phết nhẹ Pam và phủ nấm lên trên. Giảm nhiệt độ lò xuống 350 độ F.

c) Đun sôi nước dùng trong chảo rán.

d) Xào hành, tỏi, rau mùi tây và ớt/cà tím trong nước dùng khoảng năm phút. Thêm sốt cà chua, sốt Worcestershire và lá oregano rồi nấu thêm hai phút nữa. Đổ mì ống và nấm lên trên. Rắc phô mai.

e) Đậy nắp và nướng trong khoảng 30 phút.

95. Bít tết portobello nướng

Năng suất: 1 phần ăn

Thành phần:

- 4 mũ nấm Portobello lớn
- Nước xốt thịt quay
- $\frac{1}{2}$ thìa muối
- $\frac{1}{4}$ thìa cà phê hạt tiêu mới xay

Hướng :

a) Chuẩn bị nướng.

b) Lau mũ nấm bằng khăn giấy; quét từng nắp 1 nước sốt thịt nướng và rắc muối và hạt tiêu.

c) Xếp nấm, úp nắp xuống, nướng; lều bằng giấy bạc. Nướng 3 đến 5 phút trên than vừa thấp. Loại bỏ giấy bạc; phết từng cây nấm với 1 thìa nước sốt. Xoay nấm và phết thêm 1 muỗng canh nước sốt khác.

d) Nướng thêm 3 đến 5 phút nữa, cho đến khi mềm khi dùng nĩa đâm vào. Ăn kèm với nước sốt thịt nướng còn lại, đun nóng nếu muốn. Làm 4 phần ăn.

96. Bữa sáng portobellos với nấm hương

Năng suất: 4 phần ăn

Thành phần:

- 4 nắp portobello tươi cỡ trung bình đến lớn, đường kính 4-6 inch; làm sạch
- 3 muỗng canh dầu ô liu
- 4 ounce nấm hương; cắt bỏ thân và cắt mũ
- ½ củ hành tây nhỏ; thái hạt lựu
- 1 chén hạt ngô tươi
- ⅓ cốc hạt thông nướng
- ½ chén thịt xông khói chiên, vụn (tùy chọn)
- Muối
- 8 quả trứng

Hướng :

a) Làm nóng lò ở nhiệt độ 400 độ. Đặt nắp portobello, mặt mang hướng lên trên, vào đĩa nướng lớn và nướng trong 5 phút. Trong khi đó, đun nóng dầu trong chảo Sauté lớn trên lửa cao. Thêm nấm hương, hành tây và ngô; Xào cho đến khi nấm mềm và ngô mềm, khoảng 3-4 phút. Thêm hạt thông và thịt xông khói nếu dùng và khuấy đều. Hãy chắc chắn để mùa tốt.

b) Lấy nấm ra khỏi lò và chia đều hỗn hợp nấm hương cho 4 nắp làm phẳng bề mặt. Đảm bảo nắp nấm càng phẳng càng tốt để trứng không bị trượt sang một bên trong khi nướng. Đập 2 quả trứng lên trên mỗi cây nấm.

c) Nhẹ nhàng muối trứng và đưa món ăn vào lò nướng. Nướng cho đến khi trứng chín theo ý thích của bạn, sau đó dùng ngay.

97. Gà Madeira với portobello

Năng suất: 1 phần ăn

Thành phần:

- 4 nửa ức gà không xương lớn
- 8 ounce Portobellos; thái lát dày
- 1 cốc bột mì đa dụng
- 2 thìa bơ
- 2 muỗng canh dầu ô liu
- Muối và hạt tiêu mới xay cho vừa ăn
- 1 muỗng canh mùi tây Ý tươi hoặc húng quế; băm nhỏ
- Rau mùi tây Ý tươi hoặc húng quế
- ½ cốc rượu Madeira khô
- ½ chén nước luộc gà

Hướng :

a) Đặt từng ức gà vào giữa 2 tờ giấy sáp. Đặt các miếng thịt gà với mặt đã được lột da xuống trên giấy sáp và dùng vồ dẹt nhẹ.

b) Làm phẳng chúng với độ dày khoảng $\frac{1}{4}$ inch. Đập gà có hai mục đích: 1) làm cho ức to hơn, và quan trọng nhất là 2) làm độ dày đều để thời gian nấu sẽ đồng đều.

c) Trộn bột mì, muối và hạt tiêu lên một tờ giấy sáp sạch. Phủ từng miếng ức gà bằng bột mì dày dặn; nhấc một đầu lên và nhẹ nhàng rũ bỏ phần bột thừa. Đặt từng miếng thịt gà đã phủ bụi lên một tờ giấy sáp khác và không để chúng chồng lên nhau.

d) Đun chảy 2 thìa cà phê bơ và 2 thìa cà phê dầu ô liu trong chảo lớn, sâu lòng và không dính. Khi bơ và dầu nóng (sủi bọt), cho nấm vào. Xào trên lửa lớn cho đến khi nấm có màu nâu nhạt và mềm, đồng thời tất cả chất lỏng đã bay hơi hết. Lấy nấm ra khỏi chảo và đặt sang một bên.

e) Nêm nấm với muối, tiêu và rau mùi tây hoặc húng quế. Đưa chảo trở lại nhiệt độ trung bình cao. Thêm bơ và dầu ô liu còn lại. Cho gà vào chảo nấu mặt đã chín trước.

f) Áp chảo ức gà 2-3 phút mỗi mặt. Đừng nấu quá chín. Chuyển gà vào đĩa lớn và bọc bằng giấy bạc. HOẶC Bạn cũng có thể để ức gà đã nấu chín trong lò ấm (150-200 độ) trên đĩa lớn.

g) Khi tất cả ức gà đã xào xong, đổ bớt mỡ thừa ra khỏi chảo, chỉ để lại một vài giọt trong chảo. Đổ rượu và nước luộc gà vào, đun trên lửa vừa, cạo đáy chảo, nới lỏng tất cả các hạt bám vào đáy và hòa tan chúng trong chất lỏng. HOẶC Bạn có thể khử men chảo theo cách truyền thống hơn. Thêm rượu vào chảo và xào trên lửa cao cho đến khi thể tích giảm một nửa, khoảng 2 đến 3 phút.

h) Thêm nước luộc gà và xào trên lửa lớn cho đến khi thể tích giảm đi một nửa, khoảng 1 phút.

i) Cho portobellos trở lại chảo. Nếm thử và điều chỉnh gia vị nếu cần. Rưới nước sốt lên thịt gà. Phục vụ.

j) Bày gà ra đĩa trang trí với những nhánh mùi tây Ý hoặc húng quế tươi, bất kỳ loại thảo mộc nào bạn chọn sử dụng trong món ăn.

98. Cà tím và portobello lasagna

Năng suất: 1 phần ăn

Thành phần:

- 1 pound cà chua mận; chia thành bốn phần
- 1½ cốc củ thì là thái nhỏ
- 1 muỗng canh dầu ô liu
- Xịt dầu thực vật chống dính
- 4 quả cà tím lớn của Nhật; cắt tỉa, mỗi phần cắt theo chiều dọc thành bốn
- ⅓ Lát dày ⅓ inch
- 3 nấm Portobello vừa; cắt tỉa thân, cắt mũ
- 1 muỗng canh giấm gạo
- 3 chén lá rau bina; rửa sạch
- 4 lát phô mai mozzarella ít béo
- 2 quả ớt chuông đỏ nướng trong lọ; để ráo nước, cắt thành dải rộng 1/2 inch
- 8 lá húng quế lớn

Hướng :

a) Những luống rau riêng lẻ này có thể được tập hợp trước một ngày.

b) Làm nóng lò ở nhiệt độ 400°F. Xếp cà chua và thì là vào đĩa nướng thủy tinh 13x9x2 inch. Rưới dầu lên; quăng để trộn. Nướng cho đến khi thì là mềm và bắt đầu có màu nâu, khoảng 45 phút. Mát mẻ.

c) Xịt dầu thực vật lên 2 tấm nướng chống dính. Xếp các lát cà tím và nấm lên các tờ giấy đã chuẩn bị sẵn. Nướng cho đến khi rau mềm, khoảng 30 phút đối với cà tím và 40 phút đối với nấm. Hỗn hợp cà chua xay nhuyễn trong máy xay. Chuyển sang bộ lọc đặt trên một cái bát. Nhấn vào chất rắn để chiết chất lỏng; loại bỏ chất rắn. Khuấy giấm thành chất lỏng. Nêm dầu giấm với muối và hạt tiêu.

d) Khuấy rau bina trong chảo không dính lớn trên lửa vừa cao cho đến khi héo, khoảng 1 phút. Loại bỏ khỏi nhiệt.

e) Làm nóng lò ở nhiệt độ 350°F. Xịt dầu thực vật vào bốn đĩa sữa trứng $1\frac{1}{4}$ cốc. Xếp mỗi đĩa 2 lát cà tím theo hình chéo.

f) Rắc muối và hạt tiêu. Top mỗi với ¼ rau bina. Trên mỗi miếng có 1 lát mozzarella. Xếp các dải hạt tiêu lên trên, sau đó là húng quế và nấm.

g) Đặt những lát cà tím còn lại lên trên, cắt cho vừa vặn. Rắc muối và hạt tiêu. Đậy từng đĩa bằng giấy bạc. (Có thể làm giấm và lasagna trước 1 ngày. Đậy nắp riêng; để lạnh.) Nướng lasagna cho đến khi thật mềm, khoảng 25 phút. Loại bỏ giấy bạc. Dùng dao nhỏ cắt xung quanh rau củ cho mềm. Đảo ngược lên đĩa. Đổ một thìa dầu giấm lên trên.

99. Sandwich bít tết nấm & Pesto

MÁY CHỦ 4

Thành phần:

- 2 chén Đậu Hà Lan Birds Eye Garden đông lạnh
- 1 chén lá rocket bé
- 1 tép tỏi nhỏ, bóc vỏ
- ¼ cốc phô mai Parmesan bào mịn
- ¼ chén hạt thông, nướng
- 3 muỗng canh dầu ô liu nguyên chất
- 4 nấm portobello
- 4 lát bánh mì chua, nướng
- Cải xoong và củ cải cạo vỏ để phục vụ

Hướng :

a) Xả đậu Birds Eye đã nấu chín và đặt ½ cốc đậu Hà Lan sang một bên. Cho đậu Hà Lan, rocket, tỏi, parmesan, hạt thông và 2 thìa dầu còn lại vào máy xay thực phẩm và xay cho đến khi xay nhuyễn. Nêm nếm vừa ăn. Khuấy đậu Hà Lan qua pesto đậu.

b) Đặt nấm lên khay có lót giấy nướng và rưới lượng dầu còn lại. Đặt dưới vỉ nướng đã được làm nóng trước ở nhiệt độ cao và nướng trong 2 phút cho cả hai mặt cho đến khi chín vàng nhạt.

c) Phết pesto đậu lên bánh mì, phủ nấm, cải xoong và củ cải lên trên. Phục vụ ngay lập tức.

100. Pizza nướng Bianca portobellos

Năng suất: 4 phần ăn

Thành phần:

- 1 thìa canh cộng với 1 thìa cà phê tỏi; băm nhỏ
- dầu ô liu nguyên chất
- 4 thân nấm portobello 4 inch bỏ đi
- Cà tím 20 lát; cắt dày 1/8"
- 2 chén phô mai fontina cắt nhỏ đóng gói lỏng lẻo
- ¾ cốc phô mai Parmesan mới bào
- ½ cốc phô mai Gorgonzola; vỡ vụn
- Bột bánh pizza
- ¼ chén mùi tây lá dẹt; băm nhỏ

Hướng :

a) Chuẩn bị lửa than gỗ cứng và đặt giá nướng cao hơn than từ 3 đến 4 inch.

b) Trong một cái bát, trộn tỏi với $\frac{1}{4}$ chén dầu ô liu. Tự do phết dầu lên nấm và cà tím.

c) Trong một bát khác, trộn đều fontina, parmesan và gorgonzola. Che và làm lạnh. Khi tro trắng bắt đầu xuất hiện trên than là lửa đã sẵn sàng.

d) Nướng mũ nấm cho đến khi mềm và chín, khoảng 4 phút mỗi mặt. Nướng các lát cà tím cho đến khi mềm, khoảng hai phút mỗi mặt. Cắt mũ nấm dày $\frac{1}{8}$ inch và để cùng với cà tím.

e) Chia bột bánh pizza thành bốn phần bằng nhau. Đậy kín 3 miếng. Trên một khay nướng lớn, không có viền, phết một ít dầu, dùng tay trải và dẹt miếng bột thứ tư để tạo thành một hình tròn tự do 12 inch, dày khoảng 1/16 inch; đừng mím môi.

f) Nhẹ nhàng phủ bột lên vỉ nướng đang nóng, trong vòng một phút bột sẽ hơi phồng lên, mặt dưới cứng lại và xuất hiện vết nướng.

g) Dùng kẹp, lật ngay lớp vỏ lên khay nướng đã làm ấm và phết một lớp dầu ô liu. Rải một phần tư số phô mai hỗn hợp, rau mùi tây và rau nướng lên trên lớp vỏ.

h) Rưới dầu ô liu lên bánh pizza. Trượt bánh pizza về phía than nóng nhưng không trực tiếp qua các phần nhận nhiệt độ cao; kiểm tra mặt dưới thường xuyên để đảm bảo nó không bị cháy. Bánh pizza chín khi pho mát tan chảy và rau củ được đun nóng trong khoảng 3 đến 4 phút.

i) Phục vụ bánh pizza nóng trên vỉ nướng. Lặp lại quy trình để làm những chiếc pizza còn lại.

PHẦN KẾT LUẬN

Sự đa dạng về chủng loại, kết cấu và hương vị trong thế giới nấm cũng tương tự như sự đa dạng của các loại trái cây. Vì vậy, thật kỳ lạ khi nghĩ rằng vì một người không thích một loại nấm nên họ sẽ không thích tất cả hoặc thậm chí bất kỳ công thức nấu ăn nào có nấm.

Sự đa dạng của các loại nấm thường bị bỏ qua. Khi mọi người nghe thấy từ "nấm", họ thường nghĩ đến nấm White Button từ cửa hàng tạp hóa, hoàn toàn bỏ qua sự đa dạng về mùi thơm, hương vị và kết cấu có sẵn trong thế giới nấm hoang dã!

Tôi tin rằng cuốn sách nấu ăn này đã giới thiệu cho bạn một thế giới nấm đa dạng mới và tôi biết rằng bạn sẽ thích nấu ăn từ cuốn sách này!

www.ingramcontent.com/pod-product-compliance
Lightning Source LLC
Chambersburg PA
CBHW070500120526
44590CB00013B/709